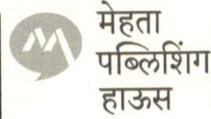
मेहता
पब्लिशिंग
हाऊस

व्यंकटेश माडगूळकर

उंबरठा

UMBARATHA by VYANKATESH MADGULKAR

उंबरठा / कथासंग्रह
व्यंकटेश माडगूळकर

© ज्ञानदा नाईक

मराठी पुस्तक प्रकाशनाचे हक्क मेहता पब्लिशिंग हाऊस, पुणे.

प्रकाशक
सुनील अनिल मेहता, मेहता पब्लिशिंग हाऊस,
१९४१, सदाशिव पेठ,
माडीवाले कॉलनी, पुणे ३०.

अक्षरजुळणी
इफेक्ट्स, २१/६ब, आयडिअल कॉलनी,
कोथरूड, पुणे ३८.

मुखपृष्ठ व मांडणी
चंद्रमोहन कुलकर्णी
मुखपृष्ठावरील लेखकाचे छायाचित्र
शेखर गोडबोले

प्रकाशनकाल
१९६० / १९८३ / १९९६ / २६ जानेवारी, २००६
मेहता पब्लिशिंग हाऊस यांची पाचवी आवृत्ती मे, २०१२
एप्रिल, २०१३ / पुनर्मुद्रण : फेब्रुवारी, २०१८

P Book ISBN 9788184983555
E Book ISBN 9789387789449
E Books available on : play.google.com/store/books
                              www.amazon.in/b?node=15513892031

अनुक्रमणिका

रामघाट संपला आहे, आणि सर्व्हिस मोटार आता सडकेवरून धावू लागली आहे. कऱ्हाड सोडून तीन-चार तास झाले आहेत. दुपारचे बारा-साडेबारा वाजले आहेत. सकाळी स्टेशनावर चहापाणी करून मोटारीत बसलेले उतारू आता भुकेने कलकलले आहेत. बोलण्याचा भर ओसरून प्रवासी डुलक्या घेत आहेत. शेवटचा मुक्काम आता जवळ आला आहे. दोन-तीन गावे जायची उरली आहेत.

बसल्या बसल्याच मीही झोप घेतली आहे. नुकताच जागा होऊन आजूबाजूचा ओळखीचा प्रदेश मी पाहतो आहे. प्रदेश आपला, हे कळते आहे; पण नेमके कुठे आलो आहोत, याचा पत्ता लागत नाही. मी तासभर झोपलो की, दोन तास? या काळात मोटार किती अंतर काटून आली असेल? एखादे खुणेचे झाड दिसते का? एखादे देऊळ दिसते का?

सडकेवरचा मैलाचा दगड आला. वळणावर मोटारचा वेग कमी झाल्यामुळे अक्षरे नीट वाचता आली. बलकवडे – ९ मैल.

अरे, बलकवडे आले? म्हणजे अगदी जवळ आलो. आता येथून माझे गाव काही फार दूर राहिले नाही.

मुळात गावे कशी वसली जात असतील? एखादे कुटुंब फिरस्त्यासारखे कुठून आणि का म्हणून अमुक एका जागी वस्ती करीत असेल? या एका कुटुंबाचीच अनेक कुटुंबे होत असतील का, थोडी वस्ती वाढली की, वस्तीला जे लागते ते पुरवण्यासाठी इतर माणसे येऊन वस्तीत भर पडत असेल? का अनेक माणसे 'चला, आता आपण गाव वसवू या,' असे म्हणून जागा शोधून तिथे आपले निशाण रोवीत असतील? एका जागी आलेली ही माणसे जमिनीचे वाटप कसे करीत

१

उंबरठा

असतील? हे माझे गाव, ही सुखद भावना कशी बरे आकार घेत असेल?

गाव पाहिले की, हे सारे प्रश्न माझ्या मनात उभे राहतात. गाव कसे वसते या प्रश्नाबद्दल फार कुतूहल माझ्या मनामध्ये आहे. झाडाला कळी कशी येते आणि मोहक रंगाचे फूल कसे उमलते, या कोड्याने मी जसा चकित होतो, तसाच गाव कसे वसले, या कोड्याने होतो.

बलकवडे हे गाव वसविताना त्या लोकांनी काय पाहिले असेल? पाणी ही माणसाची प्राथमिक गरज आहे. एखादा विस्तीर्ण जलाशय, एखादी उत्तम नदी पाहून माणसे तिच्या काठी आपले पाल ठोकत असतील. पण बलकवड्याच्या वसाहतकाराने ही प्राथमिक गरजसुद्धा जुमानलेली दिसत नव्हती. कमी पाऊस पडणाऱ्या ह्या भागात ऐन खडकावर वसलेले हे उजाड गाव सहारा वाळवंटातील वस्तीप्रमाणे कसे कसनुसे दिसते. चार चांगल्या इमारती, कळस उंच करून उभे असलेले एखादे ग्रामदेवतेचे देऊळ, एखादा प्रचंड वड, एखादा पिंपळ, घरापाठीमागचा शेवगा आणि अंगणातला पारिजातक एवढे असले, तरी गाव कसे बाळसेदार मुलासारखे दिसते. पण एवढेसुद्धा बलकवड्याला नाही. ठिकठिकाणी ढासळलेली जुनीपुराणी घरे, उंचसखल, वेडेवाकडे रस्ते, जागोजागी साठलेले सांडपाणी, नको त्या जागी वाढणारे उकिरडे, आळसात शरीरे पोसलेले ब्राह्मण, दीनवाण्या चेहऱ्यांचे कुणबी, पोटासाठी मरणारे महार-मांग, घरकामासाठी वाकून गेलेल्या बायका आणि बाळपणाचे तेज नसलेली बाळे, असे या गावाचे रूप ठोकळमानाने सांगता येईल.

बलकवडे जवळ आले आहे. ते प्रत्यक्ष न पाहताच त्याचे रूपडे माझ्या नजरेसमोर उभे राहिले आहे आणि विठा, दारापाठीमागे उभी राहून मोटारीकडे पाहणारी मूर्तीही माझ्या डोळ्यांपुढे ठसठशीत दिसू लागली आहे. आज सतत दहा-बारा वर्षे मी या मार्गाने जातो-येतो आहे. या जाण्या-येण्यामध्ये ठरावीकपणा नसेल, एखाद-दुसरे वर्ष चुकतही असेल; पण माझ्या जाण्या-येण्याच्या मार्गावर असलेल्या या उजाड गावातील जुन्या-पुराण्या वाड्याच्या दाराआड उभी राहून मोटारीकडे पाहत असताना मात्र मी तुला नियमितपणे पाहतो आहे. मोटार अगदी तुझ्या दारात थांबते. नेमके वाटेवर असलेले तुझे घरच मोटारवाल्याला मोटार उभी करायला सोईस्कर का वाटते, हा प्रश्न आहे. पण तसे आहे खरे. मोटारीचे उभे राहण्याचे ठिकाण आणि तुझा दरवाजा, यात फार झाले तर पंधरा-वीस हातांचे अंतर आहे. या अंतरावर दरवाज्यापाठीमागे उभी राहून तू बघतेस, तेव्हा आडवी उभी राहिलेली मोटार तुला नीट दिसते.

मी जेव्हा प्रथम तुला पाहिली, तेव्हा तू नुकतीच वयात आली होतीस. तुझ्या

भिरभिरत्या डोळ्यांनी, तुझ्या अवखळ पदराने हे झाकले गुपित उघडे केले होते. तू दरवाज्यात उभी राहून मोटारीकडे पाहत होतीस. मला वाटले, तुझे कोणी येणार असेल. लाडू-करंज्यांचा डबा घेऊन तुझी मावशी येणार असेल; सुगंधी पावडर, तुझा चेहरा उजळणारा स्नो आणि बारीक दातांची फणी घेऊन तुझा शहरात राहणारा कोणी भाऊ येणार असेल किंवा तीन-चार वर्षांपूर्वी लग्न होऊन परगावी गेलेली तुझी एखादी बहीण आपल्या लहान मुलासहित आणि 'तिकडच्या' कौतुकासहित येणार असेल. कोणीतरी येणार म्हणून तू अशी मोटारीची वेळ साधून उभी आहेस, असे मला वाटले. बरीच धुणी झालेले पातळ तू कसे चापूनचोपून नेसली होतीस. तुझ्या अंगावरचा चिटाचा ब्लाउज गावातल्या शिंप्याला काही नीट बेतता आला नव्हता. मधे भांग आणि मानेवर अंबाडा ही केशरचना टाकून तू नुकतीच वाकडा भांग आणि पाठीवर शेपटा सोडू लागली असावीस.

तू दरवाज्यात उभी राहून मोटारीकडे पाहत होतीस आणि मी पुढच्या जागी बसून तुझ्याकडे पाहत होतो. पण विठाबाई, तुझे येणारे माणूस काही मोटारीतून उतरले नाही. तरीसुद्धा तू मोटारीकडे उत्सुकतेने पाहतच राहिलीस, तेव्हा मला मोठा अचंबा वाटला. वरचेवर कासोटा सावरीत, वरचेवर पाठीवरचा पदर ओटीपोटावर घेत, वरचेवर केस सावरीत तू मोटारीकडे का पाहत आहेस, हे मला कळेना. सतरा गावचे आणि अठरापगड जातीचे लोक मोटारीत होते. कुणाची दृष्टी कशी असते, कुणाचे मन कसे असते आणि तू आपली वेंधळ्यासारखी उभी होतीस. मोटारीतून तुझे कोणी उतरणार नव्हते. तुझी मावशी, तुझा भाऊ, तुझी बहीण कोणीच येणार नव्हते, तर मग तू कशाला बरे मोटारीकडे पाहत होतीस? मी नीट ध्यान देऊन उतारूंचे चेहरे पाहिले. आरूनफिरून सगळ्यांची नजर तुझ्यावरून फिरत होती, पण त्यांपैकी कोणी एखादा तरणा पोरगा तुझी नजर खेचत असलेला मला दिसला नाही. उतारूंपैकी कुणाच्या नजरेत काही होते, कुणाच्या काही होते; पण ओळख अशी नव्हती. तुझ्या तर नव्हतीच नव्हती. खरेच विठाबाई, तू काय पाहत होतीस?

थोडा वेळ उभी राहून मोटार हलली. मोटारीने उडालेल्या धुरळ्यात तुझे उजाड गाव दिसेनासे झाले, तरी तुझा उजळ चेहरा माझ्या नजरेसमोरून हलेना. हे घर बलकवड्याच्या इनामदार देशपांड्यांचे आहे, एवढे मला मी त्याच मुलखातला असल्यामुळे माहीत होते खरे, पण त्यापलीकडे तुझ्या घराची मला काही माहिती नव्हती. प्रत्यक्ष माहिती नव्हती, पण तुला तशी पाहून मी आपले काही आडाखे बांधले.

पहिला आडाखा असा की, तुला वडील नाहीत. गावच्या शाळेत तू मराठी चार-सहा इयत्ता शिकली आहेस. पुस्तकी शिक्षण घेता घेताच, हरेक स्त्रीला निसर्ग देतो, ते शहाणपण तुला आले आहे, आणि ते येताच तुझे शाळेतले शिक्षण संपले

आहे. आता तुझी आई तुला घरकामात जास्तीत जास्त गुंतवून, तुझ्या अवखळपणावर तोंड टाकते आहे आणि तू तिच्या गळ्याला फास होऊन राहिली आहेस, याचा उच्चार दिवसातून दहादा करीत आहे.

हे अंदाज मी कशावरून केले असे विचारशील, तर त्याचे नेमके उत्तर माझ्यापाशी नाही. फार तर मी असे म्हणेन की, तुझ्यासारख्या मुली मी पाहिल्या होत्या, त्यावरून मला आपले असे वाटले. विठाबाई, माणसे फार ठोकळ मानाने अंदाज बांधतात; ती फार खोलात शिरत नाहीत. बे एके बे आणि बे दुणे चार, या पद्धतीवर त्यांचे अंदाज असतात. खरे बोलले, चांगले वागले की कल्याण होते, असे ती म्हणतात; पण खरे बोलल्याने आणि चांगले वागल्याने नेहमीच कल्याण झालेले काही आढळत नाही. वरवर दिसते, तसे नसते.

तू मोटारीकडे का पाहत होतीस, याचाही अर्थ मी ठोकळ मानाने लावला. त्या उजाड गावात रोज दिसणारे चेहरे, रोज चालणारी बोलणी आणि रोज घडणाऱ्या गोष्टी पाहून तू कंटाळली असावीस. रोज नवनवी माणसे भरून घेऊन येणारी मोटार पाहून तुझे रंजन होत असेल, असे मला वाटले.

आठ-पंधरा दिवस गावी राहून मी पुन्हा परत निघालो आणि त्या वेळीसुद्धा नेमकी तू दरवाज्यात दिसलीस. एक पाय उंबरठ्यावर ठेवून आणि एक हात चौकटीला लावून तू तशीच केस सावरीत उभी होतीस. रंग गेलेले तेच पातळ तू चापूनचोपून नेसली होतीस. अदमास नसलेल्या शिंप्याने शिवलेला तोच ब्लाउज तुझ्या अंगात होता.

चिंच लावून घासलेले तांब्याचे भांडे जसे लखलखीत दिसते, तशा लखलखीत चेहऱ्याने तू मोटारीकडे पाहत होतीस. सणासुदीला गावातून मिरविणारी एखादी मिरवणूक पाहावी तशी तू मोटारीतली गर्दी पाहत होतीस.

विठाबाई, तुला प्रथम मी पाहिली तेव्हा माझे कुतूहल थोडेसे जागे झाले इतकेच. त्यात विशेष असे काही नव्हते; कारण माणसाला कशा ना कशाविषयी कुतूहल हे वाटतेच.

तुझे गाव सोडून मी निघून आलो. दिवस गेले आणि माझे कुतूहल नाहीसे झाले. मला तुझी कधी आठवणही झाली नाही. कशाने होईल? आठवण राहावी असा काही प्रसंग घडला नव्हता. ध्यानात राहावे, असे काही बोलणे झाले नव्हते. पण दोन-तीन वर्षे जेव्हा त्याच दरवाज्यात, तशीच उभी राहिलेली मी तुला पाहिली, तेव्हा मात्र तू माझ्या मनात घर केलेस. वाहत्या नदीच्या प्रवाहात भोवरा उत्पन्न व्हावा

तसा तू माझ्या मनात भोवरा केलास. तुझ्याविषयी मी नुसताच जो मनाशी अंदाज बांधीत होतो, तो आता बोलूही लागलो. विशेष उत्सुकता न दाखविता मी तुझी चौकशी करू लागलो. तुझ्या गावचे कोणी भेटले, तुझ्या गावाशी दुरून संबंध असलेले कोणी आढळले, म्हणजे सहज काही प्रश्न विचारून मी तुझी माहिती काढून घेतली. माझे काही अंदाज बरोबर होते, काही चुकले होते.

तुला वडील होते, आई होती. एक मोठा आणि धाकटा असे दोन भाऊही तुला होते. तू मराठी सातवी इयत्ता पास होऊन खेड्याच्या मानाने आपले शिक्षण पुरे केले होतेस आणि तुझ्यासाठी चांगले स्थळ शोधण्याच्या खटपटीत तुझ्या घरची माणसे होती. तुझ्या घरी कोणी उद्योग करीत नव्हते; पण जमिनीचे उत्पन्न येत होते. तुझा थोरला भाऊ नुकताच कुठे तलाठी म्हणून लागला होता आणि धाकटा भाऊ गावच्या शाळेत शिकत होता.

हे सगळे नेहमीसारखेच होते. त्यात काही विशेष नव्हते. विशेष एवढेच की, मी जेव्हा-जेव्हा पाहत होतो, तेव्हा-तेव्हा तू मोटारीकडे पाहत दरवाज्यात उभी राहिलेली दिसत होतीस.

दोन-तीन वर्षे तू मला अशी सतत दिसत राहिलीस. दिसामासाने तू फुलत होतीस. तुझे रूप तसे काही देखणे नव्हते; होते आपले चार जणींसारखे. दोषच काढायचा म्हटले, तर तुझे नाक थोडेसे आखूड होते. मुळातच सावळा असलेला तुझा वर्ण खेड्याच्या राहणीने काळ्याच्या जवळपास पोहोचत होता; पण त्याचबरोबर खेड्याच्या राहणीने जो उफाडा येतो, तो तुझ्यापाशी होता. तारुण्याची टवटवी चेहऱ्यावर होती, आणि तिने सारे दोष मागे सारले होते. मागूनपुढून तू चांगली भरलेली होतीस. तुला मी काही चालताना पाहिले नाही. पण तुझे चालणे कसे डौलदार असले पाहिजे. असे डौलदार चालताना तुझी पावले जेव्हा धुळीवर उमटत असतील, तेव्हा टाचेकडच्या बाजूने ती जास्ती खोल रुतलेली आहेत, असे खचीतच दिसले असते.

मी तुझ्याशी काही बोललो नाही. पण मला वाटते, ज्याला 'अशिक्षित पाटव' म्हणतात, ते तुझ्यापाशी नक्कीच असले पाहिजे. पण विठाबाई, हाही आपला माझा अंदाजच गं!

तीन वर्षे मी तुला पाहत होतो आणि चौथ्या वर्षी माझी अगदी खात्री होती की, या खेपेला तू दरवाज्यात दिसणार नाहीस. तुझ्या घरच्या मंडळींची खटपट फळाला येऊन तुला कुठेतरी चांगले स्थळ त्यांनी मिळविले असेल. दीर-नणंदांनी भरलेल्या कुणा भल्या कुटुंबात तू नवी नवरी वावरत असशील. मोटारीकडे पाहत होतीस,

तशी तू आता आपल्या भरल्या घराकडे पाहत असशील. तुझ्या अंगावरचे ते विशोभित कपडे जाऊन आभाळी रंगाचे जरीकाठी पातळ आणि हिरव्या रंगाची गर्भरेशमी चोळी तुझ्या अंगात असेल. तुझ्या हातात आता हिरवी काकणे बोलत असतील. तुझा गळा मंगळसूत्राने व बोरमाळेने शोभत असेल. तुझ्या अंगाची हळद अद्यापि पुसली गेली नसेल आणि होमाच्या धुराचा वास अद्यापि तुला येत असेल. तुझ्या दारातले बोहले अद्यापि तसेच असेल आणि गौरीहाराचे मृत्तिकाकुंभ अद्यापि तुझ्या घरात दिसत असतील.

दृष्टीला पडण्याअगोदरच तुझे गाव मला स्पष्ट दिसत असे, तसेच तुझे नवे घर आणि त्यात वावणारी तू मला दिसलीस. दरवाज्यात उभी राहून आल्या-गेल्या मोटारीकडे पाहत राहिलेली तुझी मूर्ती नजरेसमोरून हलली आणि त्याऐवजी माजघराच्या दाराआड उभी राहून, सोप्यातल्या बैठकीवर बसलेल्या आपल्या भ्रताराकडे पाहणारी तू मला दिसू लागलीस.

– आणि तुझे गाव आले. मोटार थांबली. मान वळवून मी पाहिले, तर विठाई तू दरवाज्यात होतीस! तुझा गळा अद्यापि मोकळाच होता. तू अद्यापि फुललेलीच होतीस आणि कुणी भरतार तुला अद्यापि मिळालेला नव्हता. तू याही वर्षी दरवाज्यात उभी राहून आल्यागेल्या प्रवाशांकडे पाहण्यातच मनाचे रंजन करीत होतीस? नाही! आता तुझी नजर काही वेगळी दिसत होती. तुझ्या चेहऱ्यावर नेहमी दिसणारा तो पोरकट आनंद आता दिसत नव्हता. एखादी मिरवणूक पाहावी, तशी तू आता मोटारीकडे पाहत नव्हतीस. मोटारीतले प्रवासी हे आता केवळ तुझ्या करमणुकीचे विषय राहिले नव्हते. कल्पनेतली व्यक्ती तू आता प्रत्यक्षाशी ताडून पाहत होतीस. का प्रत्यक्ष व्यक्ती पाहून कल्पनेतली चित्रे रंगवीत होतीस? तुझे काही निराळे चालले होते, हे खचीत. पूर्वी तुझी नजर अशी एखाद्या विशिष्ट व्यक्तीवर स्थिर होत नव्हती. आता तू मोटारीतून खाली उतरून ऐटीत उभ्या राहिलेल्या गोऱ्या तरुणाकडे बघत होतीस. त्याचे वाऱ्याने विस्कटलेले केस कसे कपाळावर आले होते. त्या ओठावरच्या बारीक मिशा कशा रुबाबदार दिसत होत्या. अंगात लोकरी कोट घातलेला आणि दोन्ही मांड्यांवर धोतराचा काचा घातलेला हा तरुण पाहून, विठाई, आपला नवरा अगदी असा असावा असे तुला वाटत होते का?

त्या तरुणाकडे तसे पाहताना मी तुला पाहिले आणि तुझ्या दारात उभे राहून मोटारीकडे पाहण्यातला एक वेगळाच अर्थ मला समजला. दिवसातून दोन खेपा करणारी ही मोटार अनेक प्रवाशांना घेऊन येते. हिच्यातून जेव्हा-जेव्हा एखादा गोराभुरका तरुण जाताना दिसत असेल, तेव्हा-तेव्हा तुझ्या मनात येत असेल, माझा नवरा हा असा असेल. त्याचे नाक असे असेल, त्याचे डोळे असे असतील. तो असा

छान हसेल आणि असा रुबाबात उभा राहील. एखादे नवीन लग्न झालेले जोडपे येत असेल आणि दरवाज्यात उभ्या राहिल्या राहिल्याच विठाई, तू त्यांचे वागणे पाहत असशील. आसपासचे सगळे जग विसरून बायकोशी हळू आवाजात बोलणारा नवरा आणि लाजून खाली पाहत होय-नाही करणारी त्याची बायको पाहून तुला वाटत असेल, माझा नवरा असाच बोलेल, अशीच आम्ही एकमेकाला खेटून बसून प्रवास करू, अशीच माझ्या बोटात अंगठी असेल आणि तिचा खडा बघण्याच्या मिषाने माझा नवरा वरचेवर असाच माझी बोटे गोंजारील. जेव्हा एखादी गर्भार तरुणी दिसत असेल, तेव्हा विठाई, तुझ्या अंगावर कसे रोमांच उभे राहत असतील. मोटारीत बसूनच जेव्हा एखादी लेकुरवाळी आपल्या मुलास पदराखाली घेऊन डोळे मिटून बाळाच्या ओठांचा चुरूचुरू आवाज ऐकत बसलेली दिसत असेल, तेव्हा तू कशी सैरभैर होत असशील!

ही दृश्ये तुला गावात दिसतच नसतील, असे मी म्हणत नाही; पण रोज दृष्टीला पडणाऱ्या त्या दृश्यांमुळे जे वाटत असेल, त्यापेक्षा किती तरी पटीने रोज नव्याने दिसणाऱ्या या दृश्यांमुळे तुला वाटत असेल. इमले बांधायला तुला रोज नवनवी वाळू मिळत असेल. मोटार वाजली की, तू हातातले काम टाकून धावत येत असशील आणि ही वेगवेगळी दृश्ये पाहून मनात झुरत असशील. आपले लग्न केव्हा होईल, याच मोटारीने आपण सासर-माहेरच्या फेऱ्या कधी करू, असे तुला होत असेल. विठाई, ही मोटार तुला बैचेन करून टाकीत असेल!

मी तुझी बाहेरून चौकशी केली. थोड्या बारकाव्याने मी तुझी माहिती घेतली आणि मला पुष्कळ नवीन गोष्टी कळल्या. तुझ्या आजोबांनी तुला शहाणपण यायच्या अगोदरपासून तुझ्यासाठी अनेक स्थळे पाहिली होती. तुला अनेकजणांनी नाकारली होती आणि जिथे तू पसंत पडलीस, तिथे तुझ्या आईने एवढ्यातेवढ्या गोष्टींवरून नाक मुरडून हातची स्थळे घालविली होती. पोरीला उजवली पाहिजे, तिचे वय होते आहे; पोरीला भाजली पाहिजे, फार बारकावा करून वेळ दवडला, तर ती तशीच राहून जाईल; असे म्हणत म्हणतच तुझा आजोबा मरून गेला होता आणि आता घरात बघणारे असे कोणी राहिले नव्हते. तुझी आई मुळातच फार मूर्ख बाई होती. स्वत:च्या घराण्याविषयी तिला आचरट अभिमान होता. तुला कुठे द्यावयाचे, याबद्दलची तिची धाव फार मोठी होती, आणि तुझे वडील हे अगदीच मुखदुर्बळ, कर्तृत्वशून्य गृहस्थ होते. त्यामुळे सासऱ्याच्या माघारी तुझ्या आईच्या मूर्खपणाला फार भरती आली होती. तुला तलाठी भाऊ वडिलांच्या वळणावर गेला होता आणि तुझा लहान भाऊ छातीच्या विकाराने अंथरुणाला खिळला होता.

विठाई, हे सगळे मला समजले होते. तुझे वय वाया जात होते, तू झुरणीस

लागली होतीस आणि तुझे मन कुणालाच कळत नव्हते. आता हातात तुझी कुंडली घेऊन गावोगाव कोण हिंडणार आणि तुझे लग्न कसे होणार? तू अशी दरवाज्यात उभी राहून आल्या-गेल्याचा हेवा किती म्हणून करणार?

वर्षामागून वर्षे जात होती आणि तू अद्यापि होतीस तिथेच होतीस. तुझ्या आईला अद्यापि मनासारखे स्थळ मिळत नव्हते. खटपट करणारे कोणी घरात राहिले नव्हते. तुझी आई नुसती तोंडपाटिलकी करीत होती. ते अमके स्थळ बरे आहे, पण मुलाला भाऊ फार आहेत; तो अमका मुलगा चांगला आहे, पण त्याला उत्पन्न कमी आहे; अमक्याची आई खाष्ट आहे, आणि तमक्याच्या घरी त्याची दुष्ट विधवा बहीण आहे, असे म्हणत ती आपली स्थळे नाकारीत होती.

दिवस जात होते. तुला ज्यांनी-ज्यांनी पाहिले आणि नकार दिला, त्यांची लग्ने झाल्याचे तुला कळत असेल. कधीकधी त्यांपैकी एखादा पुरुष या मोटारीने बायकोसमवेत जात असेल आणि मोटार तुझ्या दारापुढे उभी राहिल्यावर ही मुलगी मला सांगून आली होती, असे आपल्या बायकोला सांगून तो तुझ्याकडे पाहतही असेल. तेव्हा विठाई, तुझ्या वाड्यापाठीमागल्या विहिरीत उडी घालून घ्यावी, असे तुला वाटत असेल. नुसते वाटतच नसेल; तू या विचाराने काळोख्या रात्री ओचापदरही खोवला असशील. गाव जमून आपल्याला विहिरीतून वर काढील, तेव्हा सर्वांसमक्ष आपल्या देहाची विटंबना नको म्हणून तू अंगावरचे वस्त्र आवळून-आवळून नेसली असशील. एखादा जडसा धोंडा कमरेला बांधण्यासाठी तू हेरून ठेवला असशील.

पाच-सहा वर्षे होऊन गेली. प्रत्येक वेळी तुझ्या गावावरून जाताना मला धसका बसत असे. तुझ्याविषयी काय अभद्र ऐकायला मिळते, कोण जाणे, असे वाटून मी अस्वस्थ होत असे. कारण विठाबाई, तू फार वाट पाहिली होतीस, पुष्कळ दम धरला होतास. चांदणे मावळावे, तसे तुझे तारुण्य आता मावळत चालले होते. तू कृश दिसू लागली होतीस. तुझे डोळे आता स्थिर आणि करुण दिसत होते. तुझे झुरणे तुझ्या अंगावर दिसत होते आणि तुझी निराशा तुझ्या डोळ्यांत दिसत होती. लग्न, मुले, संसार यांचा तू इतका विचार केला होतास, इतकी कल्पनाचित्रे रंगविली होतीस, एवढा ध्यास घेतला होतास की, आणखी एखादे वर्ष जर मोकळे गेले तर तू काय वाटेल ते केले असतेस!

– आणि म्हणूनच विठाबाई, पाच-सहा वर्षे जेव्हा उलटली, तेव्हा प्रत्येक खेपेला मी अभद्राची चिंता करीत होतो. नेहमीसारखी तू करुण मुद्रेने मोटारीकडे पाहत उभी राहिलेली मला दिसणार नाहीस, मी चौकशी करेन, कोणीतरी मला घडून गेलेली कहाणी सांगेल, अशी मला सारखी धास्ती वाटत होती आणि प्रत्येक खेपेला तुला दारात पाहिल्यावर माझ्या जिवात जीव येत होता.

विठाई, किती झपाट्याने तू आता बदलली होतीस. तारुण्याने मागे सारलेले तुझे सारे दोष आता बळ करीत होते. तांब्याच्या भांड्यासारखा लखलखणारा तुझा चेहरा कसा काळवंडून गेला होता आणि तरीही तू वेणीफणी करून मोटारीच्या वेळी दरवाज्यात उभी राहत होतीस. अजूनही तुला वाटत होते की, याच मोटारीतून मी सासर-माहेरच्या फेऱ्या करेन. गर्भारपणाने जड झालेली अशी याच मोटारीतून एके दिवशी पहिल्या बाळंतपणासाठी म्हणून मी माझ्या माहेरी येईन. दिवाळसणासाठी मी आणि माझे भ्रतार याच मोटारीतून अशी एकदा येऊ!

तू अद्यापिही आशा सोडली नव्हतीस. अद्यापि सगळे काही नीट होऊन जाईल असे तुला वाटत होते. अद्याप तुझे पाऊल वाकडे पडले नव्हते किंवा वाड्यापाठीमागच्या जुन्या विहिरीत तू अद्यापि उडी घेतली नव्हतीस.

विठाबाई, तू अद्यापि दरवाज्यात उभी होतीस!

आज किती वर्षे झाली? मला वाटते, हे अकरावे वर्ष चालू आहे. या अकरा वर्षांत मी तुला दरवर्षी पाहत आलो आहे. गेल्या खेपेला मी तुला पाहिली तेव्हा ओळखू न येण्याएवढा बदल तुझ्यात मला दिसला. शारीरिक नव्हे; वागण्यातला बदल! नीट वेणीफणी करून तू दरवाज्याच्या मध्यभागी उभी होतीस आणि बायकांनी बघू नये, अशा नजरेने अनोळखी पुरुषप्रवाशांकडे पाहत होतीस. मधूनच तू गालात हसलीस आणि मान खाली वळवून असे काही पाहिलेस की, माझ्या अंगावर काटा उभा राहिला! तुझे डोके तर फिरले नाही ना, असा एक विचार काळजास चर्ऽ करून गेला.

विठाबाई, मीही झालो तरी दहा माणसांसारखा वरवर विचार करून सोपे गणित मांडणाराच होतो. तू लग्नाचा विलक्षण ध्यास घेऊन किती वर्षे लोटली होती. प्रत्येक मोसम येत होता आणि जात होता. मंगल वाद्ये वाजत होती. मिष्टान्नांचे वास दरवळत होते. मंत्रघोष होत होते. अक्षता पडत होत्या. हार घातले जात होते आणि तू मात्र होतीस तिथेच होतीस. तुझ्या खळाळत्या जीवनाचा ओघ उंबऱ्यापाशीच अद्यापि थांबून राहिला होता. त्याला गती अशी येतच नव्हती. या विलक्षण निराशेने तू तरकून जाणे सहज शक्य होते. माणसाला वेड लागायला आणखी काय लागते?

पण विठाबाई, मला कळले की, माझा तर्क चुकीचा होता. तुझे माथे अद्यापि ठिकाणावरच होते; फक्त तुझ्यात बदल झाला होता.

निराशेपोटी येतो, तो बेडरपणा तुझ्यात आला होता का? जे रास्त मार्गाने मिळत नाही, ते आडमार्गाने मिळविण्याइतपत तुझ्या मनाची तयारी झाली होती का? आता थांबायचे म्हणून नाही. आता वाट म्हणून पाहायची नाही. आता जे घडत नाही, ते घडवायचे; मिळत नाही, ते हिसकावून घ्यायचे. अडून राहिलेला प्रवाह

आता बांध फोडून जाऊ द्यायचा. कशाची तमा म्हणून करायची नाही. असा निश्चय तू केला होतास का? तुझ्याच हातून तुझ्या बाबतीत काही विपरीत घडणार होते का?

या चिंतनात नऊ मैल हां-हां म्हणता संपून गेले आहेत. मोटारीचा वेग कमी होतो आहे. गुंगलेले प्रवासी जागे होऊन सावरून बसत आहेत.

हे बलकवड्याशेजारचे वळण आले. ही घरे दिसू लागली. इतकी वर्षे झाली पण काही बदल नाही.

आले बलकवडे!

मोटार उभी राहिली.

हां! दरवाजा! दरवाजा मोकळा? हा जुनापुराणा दरवाजा मोकळा आहे!

आणि विठाई?

दरवाजा मोकळा आहे!

■

सुदर्शन, दिवाळी १९५७

उन्हाळ्याचे दिवस होते आणि दुपारी दोन-अडीचचा सुमार होता. सगळा महारवाडा शांत होता. पंचवीस-तीस झोपडी गप्प होती. नेहमी उंच आवाजात बोलणाऱ्या महारणी आपापल्या झोपड्यात बसून काहीबाही करीत होत्या. कुणी फाटक्या कपड्यांना दोरे घालीत बसल्या होत्या, कुणी मातेरे निवडीत होत्या, कुणी पोरांना पाजीत होत्या, कुणी एकमेकींच्या डुयी पाहत होत्या. बोलणी चालली होती; पण हलक्या आवाजात. पोरे-ठोरे सावलीला बसून मातीने, खड्याने खेळत होती.

काही बायका कामावर गेल्या होत्या. कुणी गावातल्या शेतकऱ्यांकडे खपली कांडायला, कुणी बामणांची घरे बाहेरून सारवायला. काही रानामाळात गेल्या होत्या. शेरडे चारायला, शेणी वेचायला, सर्पण गोळा करायला.

पुरुष-माणसेही कामावर गेली होती. काही बराशीवर गेली होती, कुणी गटारे काढायला गेली होती. कुणी खड्डे खांदायला, कुणी झाडे तोडायला, लाकडे फोडायला. कुणी कुठे, कुणी कुठे. ज्यांना-ज्यांना कामे मिळाली होती, ती-ती माणसे बाहेर पडली होती. जी रिकामी होती, ती तक्क्याच्या गार इमारतीत, धोतरांचे सोगे तोंडावर घेऊन झोपली होती.

तक्क्याच्या समोर कडुनिंबाचे भले मोठे झाड होते. त्याला मोठा पार होता. पाच-सहा महार मंडळी तिथे बसली होती. कुणाच्या झोपा झाल्या होत्या आणि कुणाला झोपा येत नव्हत्या. झाडावर कावळे, साळुंक्या बोलत होत्या आणि खाली ही माणसे बोलत होती.

लांबार शरीराचा गणा महार निंबाच्या मुळीला उसे देऊन, गुडघे उभे करून पडला होता. तो म्हणाला, ''पाण्याची लई आबदा चाललीया, येताळानाना. यावर काहीतरी इलाज काढला पायजे. या उन्हाळ्याचं नदीस्नं पानी आनता-आनता

२

गोडे पाणी

आपली लोकं झीट येऊन मरायला लागली!''

उघडाबंब संदीपान गुडघ्याला हातांची मिठी घालून बसला होता. दंडाला सुटलेली खाज हनुवटीने चोळीत तो म्हणाला, ''अगा, पर गना! नदीला तरी पानी हाय कुठं? एक झरा आपला. धा घागरी भरल्या की, त्याचं पानी खल्लास हुतंय. मग कापडं धुयाची कुटं आन् आंगुळी करायच्या कुटं?''

मग आणखी एक-दोघे बोलले. सर्वांचेच म्हणणे पडले की, ''यावर काईतरी इलाज केला पायजेल.''

हा प्रश्न काही आजचा नव्हता, रोजचा होता. गावाला जवळ पाणीच नव्हते. नदी चांगली दोन फर्लांग दूर होती. पावसाळ्यात तेवढी ती तुफान वाहत असे, पण बाकी नुसते वाळवंट आणि हिरव्यागार शेवाळाखालून जाणारी उगीच मांडीएवढी धार. ऐन उन्हाळ्यात तीही आटायची! मग लोक जागोजाग हेळ खांदायचे. थोडासा झरा लागायचा, त्यात दोन्ही बुडे काढलेले लाकडी पीप रोवायचे. त्या पिपाभोवती पहाटेपासून पाणी भरण्यासाठी लोक पाळी लावून बसायचे. पिण्यापुरते चार घागरी पाणी आणायचे म्हटले, तरी त्यात चार घंटे जायचे. इतर वापराच्या पाण्यासाठी गावातून घरोघरी अरुंद आड होते. त्यांचे खारे पाणी इतर उपयोगासाठी गावकरी वापरायचे; पण महारमंडळींची फारच अडचण होती. महारवाड्यात आड नव्हता. सगळे पाणी त्यांना नदीचेच आणावे लागे. उन्हाळ्यात हेळ आटून पाणी फार कमी व्हायचे आणि पाण्याविना बेडक्या तडफडाव्यात, तशी ही माणसे तडफडायची. अन्नावस्त्राची ददात होती, ती होतीच; पण धड भरपूर पाणीही मिळत नव्हते.

येताळानाना हा पार पिकून पांढराधोट झालेला म्हातारा होता. त्याच्या गळ्यात पंढरीची माळ होती आणि तो महारवाड्यातला कारभारी होता. छातीवरचे पांढरे केस चोळीत तो सावकाशपणे म्हणाला, ''अरं, दरसाल तुम्ही असं बोलता आन् काई करत मातूर न्हाई! आड पायजे, म्हनल्यानं आड कुनी देनार हाय का पाडून तुमास्नी? धा जनांनी एक इचार करून आड काढला पायजे.''

ही गोष्ट बाकीच्या मंडळींना लागली.

गणा उंच आवाजात बोलला, ''पर नाना, आडाला पानी लागलंच कशावरनं? मोकळं डबरं काढून त्यात जुंदळं भरायचं का? तेबी न्हाईत मिळायचं आपल्या लोकास्नी.'

यावर म्हाताऱ्या येताळानानाने सावकाश उत्तर दिले, ''या फाटं फोडण्याच्या सोबावानंच आजपतूर काई झालं न्हाई, गना. आरं, गावात इकतं आड हायेत, त्येस्नी पानी हायेच की! मग आपल्याच आडाला लागनार न्हाई कशावरनं?''

''अगा, गावातली लोकं बकाका पैका घालत्यात, त्यो आपन आनावा कुटनं? आड एक आपन काढू; पन त्याला बांधला पायजे, ऱ्हाट बशिवला पायजे.''

यावर संदीपान बोलला, "पयला आड तर होऊ दे, गनातात्या; व्हाटाचं मग बघू, म्हनं!"

"आडाला काय उशीर? रोज धा गडी लागलं तर चार दिसांत आड हुईल!"

"पर धा गडी रोज येत्याल का? सांगून बग. कुनी म्हनंल, मला बराशीवर जायाचं हाय. कुनी म्हनंल, मला बाजाराला जायाचं हाय. कुनाचा हात दुखंल, तर कुनाचा उपास आडवा यील. आपल्या लोकांची कळ ठावं न्हाई व्हय आपल्याला?"

यावर गणाचा आवाज फारच उंच गेला, "आरं, पर मंग करतूस कसं? हाय आपन लोक गदाळ. म्हनून काय होनारच न्हाई, म्हनून गप ऱ्हायाचं?"

"न्हाई तर काय! निसतं बोलून काय व्हनार? वाळूत मुतलं, फेस ना पानी!"

"मग इतक्या कळकळीचा हायेस, तर तू का येत न्हाईस खांदायला? चल दोगं मिळून खांदू, म्हनं!"

"मला न् तुलाच पानी पायजे आन् समद्यास्नी नकं हाय का? का तुला-मलाच कोरड पडलीया? पानी समद्यांना पायजे, तर समद्यांनी हात लावला पायजे."

मग असे तिढ्यातिढ्याचे बोलणे बरेच झाले. घोळच फार झाला आणि बाहेर काहीच आले नाही. तोवर तक्क्यात झोपलेल्या मंडळींच्या झोपाही झाल्या आणि तंबाखू दाढेला धरून तीही या बोलण्यात भाग घेऊ लागली.

शेवटी येताळानानालाच सगळ्यांनी आग्रह करून म्हटले, "नाना, तू म्होरं होत असशील तर आमी येतो. काय रोजगार बुडाला चार दिस तरी आमी उपाशी मरत न्हाई."

बऱ्याच जणांनी ही तयारी दाखवली, तेव्हा नाना तयार झाला. स्वत: उभे राहून आडाची खांदणी करून घेण्याची जोखीम त्याने आपल्या म्हाताऱ्या खांद्यावर घेतली आणि आड पाडायच्या बाबतीत तिथे आलेल्या सर्वांचे एकमत झाले.

मग एक जवान पोरगे म्हणाले, "आता वाऱ्यावर बोलनी नगत ही. जागा पक्की करा आन् चांगला दिस बगून कुदळ हाना."

जागेची नाही म्हटले तरी पंचाईतच होती. कुणा एकाच्या घरापुढे आड पाडून उपयोग नव्हता. सगळ्या महारवाड्याचा आड म्हणजे महारवाड्याबाहेर प्रशस्त जागेत पाहिजे. कारण कपडे धुण्यासाठी, अंघोळी करण्यासाठी पुरेल इतकी जागा आसपास पाहिजे. शिवाय या जागी पाणीही लागले पाहिजे.

गणा म्हणाला, "माझ्या मनानं या पल्याडल्या वढ्याच्या काठाला जर आड घेतला तर पानी खायम लागंल."

गाव आणि महारवाडा यांच्यामध्ये तक्क्याला लागूनच एक लहानसा ओढा होता. ओढा म्हणण्यापेक्षा ओघळ म्हणा. तिला फक्त पावसाळ्यात पाणी येई आणि ते दोन-तीन दिवसांत आटून जाई. कधी पंधरा-एक दिवस वाहती धार लागली आहे,

असे घडत नसे. कारण ही ओघळ अगदी गावाशेजारच्या टेकडीवरूनच येत होती.

गणाची कल्पना सगळ्यांना पसंत पडली. त्या जागी महारवाड्याची विहीर झाली, तर ते सर्वच दृष्टींनी सोयीचे होईल, असे सर्वांचे म्हणणे पडले. तेव्हा सर्वांत जुना असा म्हातारा येताळानाना बोलला, "आरं पर लेकरांनू, ती जागा आपली न्हाई."

"म्हारवाड्याची न्हाई? मग गावठाण काय गा, ते?"

हनुवटीला झोले देत म्हाताऱ्याने खुलासा केला, "ती जागा सुकादादा जाधवाच्या हक्कातली हाये. त्याच्या परवानगी-बिगार आपल्याला आड घ्याला येनार न्हाई."

म्हणजे फिरून खोडा आला!

"पर नाना, सुकादादा मेला न्हवं?"

"मेला, पर त्येची लेकरं हायेत तिकडे धुळं-मोर्चापुराकडं."

मग गळ्यात काळा कंडा असलेले ते जवान पोरगे म्हणाले, "ती कशाला येत्यात हाकडं मरायला? ईस वर्सं झाली, तकडंच हायेत म्हनं ती. नाना, एक तू सोडलास, तर गावात दुसऱ्या कुनाला ठावंसुदीक नसंल ही जागा त्यांची हाय हे. समदी लोकं म्हनत्यात, वगळीच्या अल्याड म्हारवाड्याचीच हाद हाय!"

डोक्यावरून हात फिरवीत येताळानाना बोलला, "तसं नसतं लेकरा! कायदा हाय. कायबी करावं तर ते कायदेशीर करावं. त्यात घोटाळा पुढे येऊ नये, इकतं पक्कं करावं."

सगळे म्हणाले, "ही गोष्ट मातूर खरी हाये हां!"

मग दुपार टळली आणि उन्हे उतरली. तक्क्यांपुढे बसून चर्चा करणारी मंडळी पांगली. कुणाला घरचे बोलावणे आले. कुणाला गावाहून हाळी आली. कुणाला रात्रीच्या जेवणाची सोय करायची होती. कुणाला रोजगाराचे थकलेले पैसे वसूल करायचे होते.

हळूहळू मंडळी पांगली. येताळानाना, गणा, संदीपान हे तिघेच राहिले. त्यांनाही आता उठायचे होते.

शेवटी गणाने उठून आळस देत विचारले, "मग येताळानाना, ठरलं काय?"

विहिरीसंबंधीच्या बोलण्यानंतर आणखी बरीच बोलणी झाली होती; नाना विषय येऊन गेले होते. गणाचा प्रश्न ऐकून म्हातारा म्हणाला, "कंच्या गोष्टीचं?"

संदीपान म्हणाला, "घ्या! रातभर कथा ऐकली आन् सकाळी रामाची शिता कोन! आरं, दुसरं कशाचं नाना? आडाचं काय ठरलं, म्हनून इचारतोय गना."

यावर म्हाताऱ्याने दोन्ही गुडघ्यांत घेतलेल्या हातांचे तळवे वाजवले आणि वर निंबाकडे बघत म्हटले, "आपन आठी-सोळा जनं मिळून जाऊ, म्हनं उद्या. गावात सुकादादाची भावकी हाय, तिची परवानगी घिऊ, म्हनं!"

मग संदीपान आणि गणा उठले. धोतराने काचलेल्या कमरा बोटाने सैल करीत चालू लागले. म्हाताऱ्याने पांडुरंगाचे नाव घेतले आणि तोही घराकडे निघाला. तक्क्याची इमारत मोकळी झाली. सारवलेल्या जमिनीवरून चिमण्या नाचू लागल्या.

सकाळी धारा काढायच्या वेळेस दहा-बारा महार मंडळी येदू बकूच्या वाड्यात शिरली आणि चौकाच्या अंगणात घोळामेळाने बसून राहिली. येदू बकू परसदाराच्या आडावर अंघोळ करीत होता. मंडळी आल्याची वर्दी पोरांनी दिली, तेव्हा क्षणभर तो विचारात पडला आणि म्हणाला, "बसा म्हणावं – मी आलो."

इतकी मंडळी का आली असावीत, याचा अंदाज त्याला लागेना. महार मंडळी आली आहेत, त्या अर्थी काही मागणी असलीच पाहिजे, एवढे त्या अनुभवी शेतकऱ्याने जाणले; पण त्यांची मागणी काय असावी, हे नेमके त्याच्या ध्यानात येईना. ते ध्यानात आल्याशिवाय मागणी डावलणे किंवा तिला बगल देणे शक्य नसते. अशा पवित्र्यासाठी थोडासा सुगावा आधी लागणे सोयीचे होते; पण तो लागला नव्हता. लगेच बाहेर जाऊन बोलणी न करता काही वेळ काढला, तर कदाचित काही समजण्याची शक्यता होती. पोरे अथवा घरातील बायकामाणसे यांच्या कानी काही पडले किंवा त्यांनी आपल्या स्वभावानुसार ते काढून घेतले तर महार येण्यामागचे कारण कळणे शक्य होते. हा विचार मनात घेऊन येदू बकूने अंघोळीस बराच उशीर घेतला. ओले धोतर आपटून-आपटून नीट धुतले, व्यवस्थित वाळू घातले आणि मग धोतराचा खोचा सोडीत तो घरात आला. अगदी सहज विचारावे तसे त्याने बायकोला विचारले, "का आलीत माणसं?"

बायको म्हणाली, "काय की! म्यां काय इचारलं न्हाई."

"पांडा गेला का रानात?"

"मघाच गेला की."

"त्येनं काय बाचाबाची केली न्हाई महारांशी?"

"काय की – मला ठावं न्हाई."

"हं!"

येदू बकू बाहेरच्या सोप्याला आला, तशी काही जण उठून उभे राहिले आणि म्हणाले, "जोहार! बाहीर निगाला काय, मालक?"

"व्हय, तालुक्याला जायचं हाय. जरा काम हाय मामलदार कचेरीत. का आला होता रं?"

गना, संदीपान आणि येताळानाना सगळ्यांच्या पुढे होते. गणा म्हणाला, "काय न्हाई जी, सहजच आलतू."

यावर खुंटीवरचा अंगरखा अंगात चढवीत आणि पटक्याचा गुंडाळा भूमीवर

उलगडून टाकीत येदू बकूने म्हटले, "आसं व्हय! मला वाटलं, घोळामेळानं आला, तवा काय काम काढलं काय की."

त्यासरशी महारांपैकी काहीजणांनी एकमेकांच्या तोंडाकडे बघितले आणि कसनुसे हसून म्हटले, "कामाशिवा कशाला जी, तुमाला तरास द्याला याचं?"

"मग बोला चट्दिशी. मला घाई हाय."

संदीपानने म्हाताऱ्याला खुणविले आणि म्हटले, "हां बोल गा, येताळानाना. उगंच आपल्या घोळात तेना उशीर नकं हुयाला!"

येताळानाना बूड उचलून दोन पायांवर बसला आणि खाकरला. हाताशेजारी पडलेले दोन-तीन खडे आणि चिपाड उचलून त्याने दरवाज्याबाहेर फेकले आणि मग बेताने सुरुवात केली, "पान्याची काई सुयी कराल, या आशेनं आलुया आमी, मालक. पान्याइदमानं तरास हुतोय आमा लोकास्नी!"

मागणीचा रोख नेमका कशावर आहे, हे येदू बकूच्या अद्याप ध्यानात आले नव्हते. त्यामुळे जोत्याच्या काठावर बसत त्याने नुसतेच म्हटले, "हूं!"

"सगळ्या गावाचंच हाल हायेत खरं पान्याचं; पर त्यातल्या त्यात आमचं ज्यास्ती. का, तर आड म्हना, हीर म्हना, न्हाई!"

येदू बकू म्हणाला, "ती व्हावी, हे पटलं."

"व्हावी, पर कशी?"

"सगळ्या महारवाड्यानं काम करावं आन् हीर काढावी. दुसऱ्याच्या तोंडाकडं बघून कुटं असली कामं होत्यात काय, येताळा? आरं, आपलं आपनच मेलं पायजे. काळ कसा आलाय ते बघतोयस नव्हं तू?"

संदीपान मध्येच बोलला, "काळ कसाबी आला तरी आई लेकराला पाजायची ऱ्हाती का पाटील?"

"ते खरं रं! पर आपली एक गोष्ट सांगितली तुला."

"व्हय जी, ते खरंच की. ज्येला त्येला आपलंच जड झालंया. मग दुसऱ्याचं बगावं कवा?"

"हा गं अश्शी, आता कसं बोललास! आरं, पहिला काळ गेला आता. जे ते मानूस आपल्या पोळीवर तूप कसं पडंल ते बगायला लागलंय. माजं पोट भरलं, म्हंजे झालं. दुसरा उपाशी हाय, का त्यानं एकादस केलीया, हे कोन बगतंय? का रं गना?"

"व्हय की जी, पर जित्याची खोड मेल्याबगार सुटतीया का? किती बी कुनी सांगटलं, तर खोड ती खोडच ऱ्हानार. ती काय जानार न्हाई, कुत्र्याचं शेपाट वाकडं ते वाकडंच की, जी!"

इतका वेळ येताळानाना धुरळ्यात बोटे ओढीत गप्प ऐकत होता. तो म्हणाला,

“सोभाव हाय, त्येला का करता, पाटील?”

“अरं कशाचा येताळा, स्वभाव घेऊन बसलाहेस! तुझी-माजी सद्दी सरली आता. ही नवी पोरं बग, बाला बा म्हनत्यात का आता?”

हे कुणीकडचे बोलणे कुणीकडेच भरकटत चालले होते. नित्याचा घोळ घातला जात होता आणि त्यामुळे काळा कंडा गळ्यात घातलेला तो जवान पोरगा संकऱ्या मनातल्या मनात तापला होता. मघापासून तो भिंतीला पाठ लावून उभा होता. जवळजवळ घंटा होत आला, तरी मूळ बोलणे निघत नव्हते. पाटील चऱ्हाट वळीत होता आणि बाकीची त्याला वाखाच्या बटा पुरवीत होती. ही काय तऱ्हा झाली काय?

गणा म्हणाला, “पोरांनी जरी बाला बा म्हटलं न्हाई तरी आपण आपलं सोडावं का? आपनबी वळख सोडावी का? शेजार-पाजार, गरीब-शिरीमंत, नडलं-अडलं बगाय पायजे.”

पण गणाचे बोलणे अर्ध्यावरच तुटले. कारण संकऱ्या एकाएकी पुढे आला आणि धीटपणाने येदू बकूला बोलला, “आमी वढ्याला लागून हीर खांदतोय. ती जागा तुमच्या भाऊबंदाची हाये, म्हनं. आमी काय भीक मागत न्हाई – काय जागेची किंमत असंल ती देतो. खरेदीपतर होऊ द्या. तुमी आपली किंमत सांगा.”

संकऱ्याच्या या एकदम बोलण्याने सगळी मंडळी दचकली. क्षणभर येदू बकूसुद्धा गप्प बघत राहिला. मग कुणीतरी म्हटले, “अरं ए संकर, तुमास्नी दम असा न्हाईच बगा!”

पण आता ही मंडळी का आली आहेत, हे येदूच्या ध्यानात आले होते. ओढ्याकाठची जमीन कुणाच्या मालकीची आहे, हे त्यालाही नक्की माहीत नव्हते. निदान ती त्याची स्वत:ची तरी नक्कीच नव्हती. तेव्हा फुकट मोठेपणा घ्यायला काही हरकत नव्हती.

घाईघाईने जागचा उठत येदू बकू म्हणाला, “लेका, हीरच पाडायची तर पाडा जा की, त्येला कागद आन् खरेदी कशाला? कुठं मोठा जमिनीचा डाग लागून गेलाय तो. खुशाल पाडा हीर – जा!”

येताळानानाने जमिनीवर डोके ठेवून नमस्कार केला आणि म्हटले, “तुमची परवानगी घ्यावी म्हणूनच आलतू.”

“अरं, त्यात कशाची परवानगी? माळावर बोंबलायला पाटलाची परवानगी कशाला?... झालं? जाऊ का मी?”

“व्हय जी, व्हय जी.”

संतुष्ट होऊन महार मंडळी उठली आणि महारवाड्यात परत आली. आता तिढा

असा काही राहिला नव्हता. विहीर पाडायची, हे नक्की झालं होतं. जागा कोणती हे ठरले होते. आता कुदळी-फावडी घ्यायची आणि सुरुवातच करायची!

मग त्या दिवशी दिवसभर महारवाड्यात हीच बोलणी बोलली गेली. बायाबापड्या काखेला पोरं घेऊन एकमेकींकडे जाऊन बसल्या आणि हेच बोलल्या, "दोडा, हीर पाडत्याती म्हनं तक्यापाशी, खरं का?"

"आता आनिक खरं-खोटं काय त्येच्यामधी? अगं, सुक्कीरवारी कुदळ हाननार हायेती की मानसं."

"बरं झालं बाई! पानी झालं, जवळच्या जवळ. माझा तर जलम गेला हे पानी आनता आनता. तुला तर लईच जवळ झाली हीर. घरात भाकरी खाता खाता उठून पानी पिऊन पुन्ना मागारी यावं."

ठरल्याप्रमाणे शुक्रवारी कुदळ हाणण्याचा समारंभ झाला. भूमिपूजा झाली आणि चांगल्या हाताच्या येताळानानाने कुदळ मारून मुहुर्त केला. तक्क्याची विहीर – हो विहीरच. प्रथम आडाचा विचार होता, पण ठरलं की विहीर पाडावी – खांदायला जुपी झाली.

नीट घेरा धरून महार लोक डबरे खणू लागले. रोज आळीपाळीनं नेटके-नेटके गडी खांदायला येत. कधीकधी पोक्त बायका, जाणती पोरं आतली माती बाहेर टाकायच्या कामी मदत करीत.

काम मोठ्या धुमधडाक्याने सुरू झाले. रोज सकाळी दिवस कासराभर आल्यापासून ते संध्याकाळी दिवस कासराभर राहीपर्यंत कुदळी-खोरी चालत. सगळा महारवाडा उत्सुकतेने पाहत होता. आज दोन हात झाली, उद्या चार हात झाली, अशी भाषा घरोघरी बोलली जाई. रोज महारवाड्यातले हरेक माणूस विहीर बघून जाई. म्हाताऱ्या बाया आपल्या पोरास्नी पाणी घेऊन येत. उन्हाच्या वेळेला पोरं हातातली कुदळ टाकून पाणी पिऊ लागली की, त्या त्यांच्या घामेजल्या पाठी पदराने पुशीत. म्हातारी माणसं काम बघत काठावर बसत आणि 'शाब्बास रं, बहादर! वा, रं नर!' असं ओरडून तरण्या पोरांना गौरवीत. लहान पोरे सकाळी येऊन विहिरीत वाकून-वाकून बघत आणि ऊन कडक होईपर्यंत मातीच्या ढिगावर खेळत. सवड होईल तशा तरण्याताठ्या बायकाही येत. तोंडाला पदर लावून लांबून बघत. कामाने दमलेल्या नवऱ्याला 'व्हय-नव्हं' विचारीत.

नेहमी कष्टाची सवय असलेले आठ-दहा महार फार झट्या घेत होते. त्यात संदीपान होता, गणा होता, तो संकऱ्या होता. नुसत्या खिस्ताकाशिवाय अंगभर काहीही कपडे न घालता ही मंडळी धसासा कुदळ मारीत; डोईला धोतरांच्या चुंबळी घालून कचाचा कचऱ्याच्या पाट्या टाकीत. घामाने त्यांची अंगे निथळत. हातांचे

दोन्ही बाव्हटे आणि पायांच्या पिंढऱ्या वरचेवर भरून येत. मग कमरेवर हात ठेवून ते आत उभे राहिल्या-राहिल्या विहिरीची उंची बघत आणि थोडा दम खाल्ल्यासारखा करून पुन्हा तळव्यांवर थुंकी टाकून कुदळ हातात घेत. दुपारी उन्हाचा कहार झाला म्हणजे घटकाभर मातीत रुतलेल्या पाट्या तशाच पडून राहत, कुदळी फावडी तशीच डोक्यावर उभी राहत आणि मंडळी घरोघरी जाऊन भाकर खाऊन येत. आल्या आल्या काम थोडे सैल पडे.

तसा येताळानाना काठावर उभा राहून म्हणे, "नगा रे, गड्या हो, सैल नगा पडू! आवरा. आता किती ऱ्हायलंय? आरं संकऱ्या, कसली तयारी रं तुजी? नुसतीच का अंगाला काव लावून हिंडायचं? आवरा, आवरा."

– आणि पुन्हा कामाला जोर चढायचा, तो थेट पाच-साडेपाच वाजेपर्यंत. मग दमगीर झालेले कामकरी विहिरीच्या काठावर बसून पान-तंबाखू खायचे आणि अवघडल्या अंगाने घरी जायचे. रात्री भिंतीशेजारी पालथे पडून पोरासोरांकडून दुखऱ्या पाठी तुडवून घ्यायचे.

महारवाड्याचे हे काम मोठ्या धडाक्याने चालले होते आणि गावात त्याच्याविषयी कुणाला काहीही माहीत नव्हते. महार मंडळी आपली स्वत:ची अशी विहीर पाडीत आहेत या गोष्टीत कुणाला काही विशेष वाटत नव्हते. पाडीत असतील, म्हणून जो तो आपला उद्योग बघत होता. काही जण मुळीच बोलत नव्हते आणि काही वाईट बोलत होते. म्हणत होते, "कशापायी ही महारं मरत असत्याल? त्या जागी का पानी लागायचंय व्हय? निव्वळ अडानी ही लोकं."

पण इकडे विहीर भराभर खोल जात होती. माती झाली, मुरूम लागला. मुरूम झाला, शाडू लागली. शाडूचा थर झाला आणि कावेचा थर लागला आणि एके दिवशी कुदळीसरशी पडलेले भोक पाण्याने डब भरून आले!

पाणी बघितल्यासरशी मंडळींनी जयजयकार केला. पाणी लागल्याची बातमी लगोलग झोपडीझोपडीत पोहोचली आणि सगळा महारवाडा विहिरीकडे धावला. लोकांनी वाकून-वाकून विहिरीत पाहिले आणि देवाचे नाव घेतले. येताळानानाची वाहवा केली.

मग कोणी म्हणाले, "अगा, पानी झाका कापडानं. पुंजा झाल्याशिवाय मालकानं पानी बघायचं नसतं. येताळानानानं बघितलं का?"

येताळानाना म्हणाला, "मी कोण रं लेकरा मालक! हीर सगळ्यांची हाये. सगळेच मालक हायेत. कुनाच्या डोळ्याला हात लावावा! बघू द्या पानी सर्व्यास्नी; पर पुंजा मातूर करू या."

मग पाण्याची यथासांग पूजा झाली. पाण्याला नवे वस्त्र अर्पण करण्यात आले

आणि पुढे खांदत चालू झाली.

दोन दिवसांतच विहीर पाण्याने भरली. ते निवळशंख पाणी बघून लोक घागरी घेऊन धावले.

संदीपान म्हणाला, "थांबा रं! नाना, पयलं पानी तुझ्या मुखात पडू दे. मग गाव पील म्हनं!"

ही गोष्ट नानाने ऐकली आणि तांब्या भरून पाणी वर आणले. तो नीट खाली बसला आणि नारळाचे पाणी प्यावे, तसा त्याने तांब्या तोंडाला लावला.

चार घोट पिऊन होताच नानाच्या म्हाताऱ्या चेहऱ्यावर विलक्षण आनंद उमटला. पुन्हापुन्हा त्याने दोन-दोन घोट घेतले.

लोक मोठ्या डोळ्यांनी बघत होते. नाना काहीतरी विशेष सांगणार आहे असे त्याच्या तोंडावरून दिसत होते; पण तो गुळमट साखरपाण्याचे घुटके घेत असल्यासारखा वाटत होता आणि तो काय बोलतो, ते ऐकण्यासाठी लोक पुढेपुढे येऊन उभे राहत होते.

शेवटी नानाने तांब्या खाली ठेवला आणि हात जोडून म्हटले, "पांडुरंगाची किरपा झाली लेकानू, पाणी गोड की रं, हाय हिरीचं!"

– आणि सर्वांच्या तोंडून आश्चर्योद्गार बाहेर पडले! गुऱ्हाळावर रसासाठी उडावी तशी गर्दी अद्याप नीट न बांधलेल्या त्या विहिरीभोवती उडाली!

महारांनी खांदलेल्या विहिरीला पाणी लागले, यावर गावकऱ्यांचा प्रथम विश्वास बसला नाही. काहीजण मुद्दाम पाहून आले आणि मग सर्वांनाच अचंबा वाटला. हे पाणी गोडे आहे, ही बातमी हां-हां म्हणता सगळ्या गावभर झाली. संध्याकाळी गाव देवळापाशी जमले. येताळा महाराला मुद्दाम बोलावणे धाडले गेले.

येताळानाना आणि दोघेचौघे भीतभीत आले आणि जोहार घालून गप्प उभे राहिले. लोकांची गडबड चाललीच होती.

तुकाराम वाण्याने विचारले, "लेकानूं, हीर काढली म्हनं तुम्ही महारवाड्यात – खरं का?"

येताळा म्हणाला, "व्हय जी."

"आन् पानी रं, तिला? का रिकामीच हाये पेवावानी?"

"न्हाई जी. आपल्या पायाच्या पुन्याईनं पानी लागलंय."

"खरं?"

"व्हय जी."

"कसलं हाय पानी? काय बरं हाय, का खारंच समद्या गावावानी?"

येताळानानाला मोठे अपराध्यासारखे झाले. तो आपला खाली मान घालूनच उभा राहिला.

गणाच हलके म्हणाला, "न्हाई जी, पानी गोडं हाय."

मग पुष्कळ आवाज खवळल्यासारखे उठले, "असं कुटं झालंया का?"

"महार लबाड बोलत्यात!"

"त्येंच्या काय नादाला लागताया उगाच! चावटपना हाये!"

"गावाला खिजवण्याचा ब्योत हाय का रं यताळ्या?"

कुणी काही, कुणी काही बोलले.

मग हरिबाबाने मोठ्याने म्हटले, "येताळा, गळ्यात माळ हाय तुज्या. खरं सांग, पानी गोडं हाय का खारं?"

"गोडं हाय मालक!"

"अन्नाच्यानं रं?"

"पांडुरंगाची आन. ह्या पांढरीम्होरं खोटं बोलून काय मिळायचं हाय मला? मी सोता पानी चार येळा पिऊन बघतलं. ते अगदी गोडं हाये."

"मारुतीची पायरी शिवून सांगतोस का?"

"व्हय जी, सांगतू! लबाड न्हाई माजं."

"अरं ए, त्यो येताळा न्हाई लबाड बोलायचा."

"पर शिवू द्या की पायरी. त्याला का पैसं पडत्यात काय?"

"बरं शिवू द्या."

मग म्हाताऱ्या येताळानानाने मारुतीच्या पायरीला हात लावला आणि तो म्हणाला, "मी खोटं सांगत अशीन, तर माजी जीभ झडंल. ह्यो हनुमंत माजं वाटुळं करील. हिरीचं पानी म्यां पेलेलं हाय, आन् ते खारं न्हाई, गोडं हाय!"

यावर काही वेळ स्तब्धता पसरली आणि मग एकाएकी वाणी जोराने बोलू लागला, "मग लेकानू, तुमच्यावर फिर्याद केली पायजेल. दुसऱ्याची जागा दांडगाव्यानं घेऊन त्यात हीर काढली तुमी. ही काय मोगलाई हाय, व्हय रं? तुम्ही चढ झाला गावाला."

गणा म्हणाला, "सरकार, आमी जागा विचारून घेतलीया. इचारा पाटलास्नी!"

इतका वेळ येदू बकू गप्प होता. तो उंच आवाजात म्हणाला, "अरं, पर मी कोन जागा देनारा? जागेचा मालक धुळ्याला आन् मी इथं जागा देतो कशी? का मलाबी अक्कल न्हाय, व्हय रं?"

"पर पाटील, तुमी म्हनाला –"

"अरं पाटील लाख म्हनाला, तुमास्नी अब्रू नसावी का? ती पोरं परदेशी झाली, म्हणून त्येंची जागा बळकवावी का तुमी? आन् गावात त्येंचं कुनी न्हाईच का – आं? अरं, काय न्याय-अन्याय? निव्वळ मनगटशाही झाली की रं, ही तुमा लोकांची!"

लोक फारच संतापले. महारांऐवजी ते एकमेकांशीच रागाने बोलू लागले.

कोणसे ओरडले, ''कशाला महारांशी घोळ घालता? ती बदनार न्हाईत. सरळ कोरटात जाऊ म्हनं. ततं लागंल त्यो निकाल!''

कोर्टाचं नाव निघताच महारांना भीती वाटली. संदीपान बोलला, ''नगा जी मायबाप, आमाला मारू! अवं, तुमच्या पायाचं चेंडू आमी.''

''ये बास कर ते मऊ बोलनं? जा तू, आमाला जास्ती वाटाघाटी करायच्या न्हाईत.''

''जा रं जा, संद्या! ऐकू न्हाई का येत तुला, गण्या? – जा!''

सगळ्या गावाने गर्दी केली आणि भयभीत झालेली महारमंडळी हात पाठीमागे टाकून महारवाड्याकडे गेली.

रात्रभर तक्क्यापुढे बसून मंडळींनी खल केला. येताळानानाने आपल्या थोबाडीत मारून घेतल्या आणि म्हटले, ''मी म्हातारा गाढाव असून चुकलो. गावाचं इरुदपन घेतलं!''

संकऱ्या म्हणाला, ''नाना, तू का भितोस? जाऊ दे त्येस्नी कोरटात. आपल्याबी लोकास्नी इचारनारं कुनी हायेच की! आता पयला काळ राहिला न्हाई. पार पंतपरदानाम्होरं जाऊ. तू का भेला हायेस?''

वरचेवर मान हलवीत म्हातारा म्हणाला, ''पंतपरदान ऱ्हाईल मंबईला. आपल्यास्नी हतंच दीस काढायचे हायेत, लेकरा. जळामंदी ऱ्हाऊन माशाशी वैर कसं करतूस?''

संदीपान बोलला, ''आन संकऱ्या, हत्तीसंगं इटीदांडू खेळायला ताकद हाय का आपनापशी? कोरटात पैका लागतो, तो कुनी रं घालायचा? गावासंगं खटला खेळायचा, म्हंजे काय चेष्टा हाये, व्हय रं?''

''पर मी म्हनतो, येदू बकू एकदम उलटला कसा? शाप त्यानं लबाड सांगितलं ते कशापायी?''

झाला हा प्रकार अगदीच अनपेक्षित होता. त्यामुळे महार गोंधळून गेले होते. एकीकडून संताप येत होता, काहीतरी करावे आणि गावाचा काटा बसवावा, असे वाटत होते; पण हे करण्याचा मार्ग तर सापडत नव्हता. एवढे कष्ट करून विहीर काढली आणि आता गावकऱ्यांनी ही भानगड उपस्थित केली होती. सगळा विरस झाला होता.

येताळानाना म्हणाला, ''गोडं पानी लागून सगळा घोटाळा झाला. पानी खारंच लागलं असतं, तर कुनी काय बोललं नसतं. पर आता असं झालं की, गावानं खारं पानी प्यायचं आन् म्हारवड्यानं गोडं! ही गोष्ट गावकऱ्यांना कशी बरी वाटंल?''

महारांनी एकमेकांकडे बघितले. एकाएकी गावकरी का उलटले, ही गोष्ट आता

सगळ्यांच्या ध्यानी आली.

"मग गना, यावर आता उपाय काय?"

"मी म्हनतो, सकाळच्या पारी जाऊन समद्यांचं पाय धरावंत. फिर्याद करायच्या आत हे केलं पायजे. कसं गा नाना?"

"आता सगळंच फसलं, गड्यानूं! काय जरी केलं, तरी आता आपन खोलात जानार, हे खायम!"

मग सकाळी सगळे जण उठून मुख्य गावकऱ्यांच्या घरी गेले. महारांनी त्या सर्वांचे पाय धरले. विनवण्या केल्या.

"म्हाराज, आमावर असं कठीन होऊ नका! गावानं ठरवल्यावर आमा लोकांचा का दम हाये! अवं, निसत्या मुंग्या चिरडल्यावानी तुमी आमाला चिरडाल."

यावर गावकऱ्यांनी महारांस पुष्कळ छेडले, आडवे-तिडवे बोलून घेतले आणि 'तंटा आपसांत तोडून घेऊ, कोरटात जाणार न्हाई,' असा शब्द महारांना दिला.

चार-दोन दिवसांतच गावकरी जमून निकाल लागला. जे व्हायचे तेच झाले. केल्या कष्टांबद्दल पन्नासभर रुपये महारांच्या हाती ठेवून गोड्या पाण्याची विहीर आपल्या ताब्यात घेतली.

आता तक्क्याची विहीर गावकऱ्यांनी नीट बांधून घेतली आहे आणि तिला दोन रहाट लावले आहेत. गावातल्या मराठ्यांच्या, वाण्यांच्या, बामणांच्या बाया विहिरीवरून पाणी नेतात. महारवाड्याच्या बाजूने काटेरी तार लावून गावकऱ्यांनी विहीर आपल्या हद्दीत घेतली आहे. ओढ्यातून वाट पाडली आहे. त्या तारेपलीकडे उभ्या राहून महारणी कधीकधी गयावया करीत असतात, "ताई, मला योक हंडा वाढा हो! काकी, मला एक घागर वाढा हो!"

पण या ओरडीकडे कुणी विशेष लक्ष देत नाही. फारच चिकाटी लावली म्हणजे एखादी बाई घागर शेंदून ती महारणीच्या हंड्यात ओतते आणि मग अनेक महारणी गलका करून हंडे पुढे करू लागतात.

गावातल्या बायका चिडून म्हणतात, "यांच्यावर उपकार करायचीसुद्धा सोय नाही. काय तरी गं बाईमानसं?"

असे चालले आहे.

■

किर्लोस्कर, दिवाळी १९५६

फटफटीत झालं आणि एकाएकी नामूच्या बायकोला जाग आली. बंद केलेल्या फटींतून आत आलेला उजेड बघताच ती स्वत:शीच पुटपुटली, 'ये बया! उजाडलं की!' आणि शेजारी बळीरामासारख्या उताण्या पडलेल्या नवऱ्याला हालवून जागं करीत ती म्हणाली, "अवं, उटा की! पाक उजाडलं!"

अंगाला विस्तू लागावा, तसा नामा घोंगड्यावर चट्दिशी उठून बसला. त्यानं आळस, जांभई देण्यापुरतासुद्धा वेळ दवडला नाही. लंगोटा लावून झोपलेला नामा उठला आणि भराभरा धोतर नेशीत बायकोला म्हणाला, "अगं... अगं टाइम झाला. हेच्याआधी रानात जाऊन मी मोटंला जुपी कराय होवी होती. या दोन दिसांत उसाला पानी न्हाई दिलं, तर पाक वाळवण झालं म्हनून समज. ऊस वाळून खराटा व्हईल! मी एक मेल्यावानी पडलू; पर तू तरी जागं न्हाई करायचंस कोंबडं वराडल्याबराबर मला!"

"अवं, मी जागी झाले होते की! पण कोंबडं कानांवरच आलं न्हाई. म्हनलं, अजून रातच हाय...."

– आणि पहाटेपासून आत्तापर्यंत गप्प राहिलेल्या आपल्या कोंबड्याचा मंजाबाईला भारी राग आला. रोज पहाटेपासून फटफटीत होईपर्यंत कान किटावे, इतकं ओरडणाऱ्या कोंबड्याला आजच काय रोगडा आलाय, ते कळेना. त्या झटक्यात ती परसदारी असलेल्या कोंबड्याच्या खुराड्याकडे गेली. खुराड्याच्या तोंडाचा दगड पाहून म्हणाली, "मुडदा बशिवला तुजा कोंबड्याचा! ये भाईर!"

पण 'कोऽकोऽ' करीत एकच कोंबडी बाहेर आली. नामूच्या बायकोचा राग जास्तीच भडकला. ती खाली बसली आणि खुराड्यात हात घालून तिनं बाकीच्या तिन्ही कोंबड्या पखाडाला धरून-धरून बाहेर ओढल्या आणि अंगणात फेकल्या.

३

जुपी

पण मार खाऊनही आरडाओरडा न करणाऱ्या चोरट्या बायांसारख्या त्या कोंबड्या गुपचूप राहिल्या. एरवी त्यांनी केवढा गलका केला असता; पण आता त्या घशातल्या घशातच कुरकुरल्या. माना आखडून उगीच उभ्या राहिल्या. पण नामूच्या बायकोचा खरा राग होता कोंबड्यावर. तिनं पखाडाला धरून कोंबडा दर्रशिरी बाहेर ओढला आणि त्याला धपका घालून ती म्हणाली, ''तुला पटकी आली! दिवस उजडून वर आला आन् तुजी दातखीळ, रं का बसलीय? वरड की!''

त्यावर कोंबडा हळू आवाजात कुरकुरला आणि चोच वासून मालकिणीकडे पाहू लागला. नामूच्या बायकोने लुगड्याचा बोळा फेकावा तसं त्याला अंगणात फेकलं. पडल्या जागी तो धडपडला आणि एरवी एखाद्या मिलिटरीतल्या हवालदारासारखा रुबाबदार दिसणारा तो कोंबडा आज शाळामास्तरासारखा जागच्या जागी गप्प उभा राहिला.

नामूची बायको रागारागानं घरात आली. कोंबडा ओरडला नाही, त्यामुळेच आपल्याला जाग आली नाही, असं तिला अगदी पक्कं वाटत होतं. नामू भराभरा घरातून फिरत होता; पटका, चाबूक, वहाणा गोळा करीत होता. बायकूनं उठवलं नाही त्यामुळेच सगळा घोटाळा झाला, असं त्याला पक्कं वाटत होतं. सगळं गाव जागं झालं होतं, बाकीची लोकं बैलं घेऊन रानात पोहोचलीसुद्धा होती आणि नामूनं अजून चूळ भरली नव्हती की, मिस्त्री लावली नव्हती. उन्हाळ्याचे दिवस होते. रानातली उभी पिकं पाणी पाणी करीत होती. नामूच्या रानात तर उसासारखं पाण्याला अळकं पीक होतं. त्याला पाणी देऊन आठ दिवस झाले होते. पाणी पाजू-पाजू म्हणत आणखी दोन-तीन दिवस गेले, तर उन्हाच्या सणाक्यानं पीक पार वाळून जाणार होतं.

दिवस उगवून वर येत होता आणि नामू आताशा कुठं बैल सोडीत होता!

गोठ्यात जाताच नामूला हबकाच बसला! मोकळा गोठा बघून तो ओरडला, ''आं? बैलं गं?''

अंगण लोटायला बायको खराटा बघत होती. नवरा काय ओरडला, ते तिला कळलंच नाही. ती आतून ओरडली, ''काय म्हनालासा?''

''अगं, का बहिराट झालीस का? बैलं न्हाईती की गोट्यात!'' नामू ओरडला.

त्यासरशी मंजाबाई लगालगा बाहेर आली.

नामा काळजी करीत बोलला, ''बैलं न्हेली गं कुनी चोरट्यांनी तोडून!''

दावणीत अजून थोडा अंधार होता. मंजा पुढे झाली तेव्हा दोन्ही बैलांच्या खुंट्यांना असलेली तुटकी दावी तिला दिसली. मग ती ठसक्यात बोलली, ''सोडून न्याला कुठं बैलं बक्षिशीची लागून गेल्यात! आपनच दावी तोडून गेल्यात बगा. राती वैरन टाकली होती का तुमी?''

गोष्ट खरी होती. रात्री नामानं बैलांना वैरण टाकली नव्हती. पण ती काही आळस म्हणून नव्हे, हयगय म्हणून नव्हे.

मंजा पुन्हा म्हणाली, "रातभर भुकंनं कावली असत्याल बैलं. पाटंला गेली असतील दावी तोडून. वैरन न्हाई टाकायची रातीची?"

नामू आवाज चढवून म्हणाला, "तू शानपना शिकवू नगंस मला. म्हनं, वैरण का टाकली न्हाई! वैरन हाय का घालायला? मी अंगाला मीठ लावून आडवं पडायचं होतं का काय दावनीत जनावरांम्होरं? वैरनीचं भाव आभाळाला टेकल्यात. हाय ती पुरवून पुरवून काडी खावी ते न्हाई. ही बैलंबी मोटी जागीरदाराच्याच पोटची हायेत की न्हाई!"

उन्हाळ्याच्या दिवसांत वैरणीची आबदा असते, ही जाणीव मंजाला झाली. नवऱ्यानं बैलं काही मुद्दाम उपाशी ठेवली नाहीत हे तिला कळलं. मग समजुतीच्या स्वरात म्हणाली, "बरं, दिवस आला वर! जाऊन जाऊन जात्याल कुठं बैलं? बगा हितं गावंदरीला. असतील कुनाच्या तरी बांधाला चरत. बघून आना जा."

नामा बाहेर पडला. आता जावं तरी कुठे? कुणीकडच्या दिशेला? आठी दिशांना हिरवं रान होतं. बैलं कुणीकडे आणि किती लांब गेली म्हणून समजावं?... आणि आता फिरत बसलो तर उन्हाआधी मोटंला जुपी कशाची करतोय आणि ऊस पाणी कशाचं पेतोय?...

नामाला रागाची उकळी आली. त्या संतापात पाय नेतील, त्या दिशेनं तो जाऊ लागला.

वेशीतल्या रामोसवाड्यासमोर बळी रामोशी दातांना मिस्त्री लावीत उभा होता. तो म्हणाला, "रामराम पाटील, काय रानाकडं निघाला?"

नामा उभा राहिला आणि 'कुठं निघाला?' या प्रश्नाचं उत्तर न देता म्हणाला, "लेका बळ्या! आमची कातडी हिकडं गेल्याली बघटलीस का रं?"

हाडं, मांस टाकून केवळ कातड्याचा उल्लेख केला गेला, तेव्हा पाटलाच्या बैलांकडून काही चुकी झाली आहे हे बळीच्या ध्यानी आलं, पण होकारार्थी उत्तर जवळ नसल्यामुळे तो उगीचच म्हणाला, "बैलं म्हणता का तुमची?"

"हां हां, बघिटलीस का त्वा?"

आपल्याकडून मोठाच अपराध झाला असा चेहरा करून बळी म्हणाला, "न्हाई की हो म्यां बघिटली!"

"न्हाई? कशाला रं तुमी रामुशी झाला? खायला कार, लेकांनू! जे इचारावं ते बघिटलं न्हाई! आं? तुमी मग बघता काय? तुमची नदर असती कशावर? दोन तिथं तीन येळा खाऊन गावात हिंडता, रांडंच्यांनो! तुमाला सरम, रं कशी वाटत न्हाई?"

यावर बळीनं शरम वाटल्यासारखं करून म्हटलं, ''मी हितं अंगनातच निजलोय की पाटील, रातसर जागाच हाये. हिकडनं गेली असती, तर म्या पाहीन. बैलं गेलीच न्हाईत हिकडनं!''

''मग कुटं गेली रं? आभाळातनं उडत गेली काय पाखरावानी?''

''तसं नव्हं, वरलीकडच्या बाजूला गेली असतील वं!''

''वरलीकडं कुठं? – खंडूबाच्या माळाला? जवळचं रान सोडून बैलं वर कशी रं जातील बेरडा? आरं, काही डोक्सं तुला?''

रामप्रहारात या गृहस्थाला 'राम राम' घालून नस्ती भानगड आपण ओढवून घेतली याची जाणीव बळीला झाली. सुटका करून घ्यावी म्हणून तो म्हणाला, ''त्येबी खरंच, मग उचला पाय, न्हाई तर मोटंला उशीर हुईल!''

पण केवळ चुकी कबूल करून नामा बळीला सोडणार नव्हता, कारण नक्की कुणीकडे जावं म्हणजे बैलं सापडतील हे त्याला ठाऊक नव्हतं. त्यामुळे तो कावला होता आणि माणूस कावला की कुणाला तरी घोळसलं, म्हणजे त्याला जरा बरं वाटतं.

''लेका, वेशीतनं बैलावानी बैलं जात्यात आन् तुमाला त्याचा कानावासुद्धा लागू ने? तुमाला रामुशी का म्हनावं रं? तुमच्या इस्वासावर गावानं ऱ्हावं कसं, आं?''

बळीला काय बोलावं ते सुचेना. तळहातावरची तमाखूची मिस्त्री केव्हाच संपली होती आणि न बोलण्यासाठी तोंड कशात गुंतवावं आणि हातांचं काय करावं, अशा पंचायतीत तो पडला.

पण तेवढ्यात वेशीकडून मुलाण्याचा चिच्या आला आणि बळीची सुटका झाली. चिच्यानं नामाची दोन बैलं धरून आणली होती. ती बघताच नामाला हर्ष झाला. दोन पावलं पुढे होऊन तो चिच्याला म्हणाला, ''घावली का बैलं, चिच्या? बरं झालं!''

यावर काही न बोलता चिच्यानं आपल्या पायातली वहाण काढली. बळीला वाटलं, आता हाणाहाणी होतीय! ती बघायला आपण राहावं की नको? एकाएकी चिच्या एवढा का बिघडला, हे नामाला कळेना. वहाण थटवण्यासाठी त्याचे हात आपोआपच पुढे झाले. पण आबालाल चिच्यानं वहाण हाणली नाही. ती नामाच्या हाती देत तो म्हणाला, ''हे घ्या, आन् हाना आमाला चार!''

नामा या पवित्र्याला तोंड देण्याच्या तयारीत नव्हता. तो म्हणाला, ''अरं, पर चिच्या...''

''चिच्या न्हाई न् चाच्या न्हाई! पयलं हे चार जोडं उडवा आमच्या टकुऱ्यात!''

''अरं मर्दा, असं वाकड्यात का शिरतोस? काय झालं?''

“चुकी झालीय आमची. आम्ही मुलाण्याचा धंदा सोडून शेतकरी का व्हावं? रान का पेरावं? मक्का का लावावी? – या तीन चुकीपायी तीन जोडं हाना अन् चवथा हाना त्यो ह्येच्यासाठी की, तुमची बैलं मी कोंडवड्याला नेतुया!”

यावर नामा शांतपणानं म्हणाला, “ते खरं; पण कितीशीक नुकसानी केली हाय, त्ये तरी सांगशील?”

“अवं, काय सांगायचं? तुमी डोळ्यांनी येऊन बगा की, उभं ताट ठिवलंया का रानात, ते! ते खाऊनच्या खाऊन सगळं पीक तुडवलंय बैलांनी!”

खरं तर एवढं बोलल्यावर नामानं चिच्याची समजूत घालून आणि चूक पदरात घेऊन बैलं घ्यायची आणि कामाची जुपी करायची. पण कावलेल्या माणसाला शहाणपणा नाही तो नाही, पण साधा मतलबसुद्धा सुचत नाही.

नामानं चिच्यालाच उलट विचारलं, “आरं, पर खुळ्या गिरस्ता, मी सांगटलं व्हय रं, बैलांना तुज्या रानात शिरायला, एवढा जोरावर येतोस तो?”

यावर चिच्या पार भडकला. त्याच्या जाड नाकपुड्या लहानमोठ्या होऊ लागल्या.

“मीच जोरावर येतोय व्हय? वर हे बोलनं तुमचं?”

“नि मग कसं? मी बैलं सोडली का तुज्या मक्कंत? बैलं दावी तोडून गेल्यात, ती मी पाटंधरनं हिंडतुया हुडकत. हिंडून हिंडून झिट आली मला. माझा खोळंबा झालांय. ऊस चाललाय वाळून माजा... आँ? मी सोडली व्हय बैलं तुज्या मक्कंत?”

यावर चिच्या एकदम उसळून म्हणाला, “उपाशी मारत जावा की जनावरास्नी! रोज एकादस घडल्यावर तुमच्या दावनीला बैलं ऱ्हातील कशाला? ती दावं तोडायचीच, आन् कुनाच्या तरी रानात जाऊन जोगावून यायचीच. पुन्ना तुमी वर गुर्कावायाला मोकळंच!”

हा घाव खरोखरीच नामाच्या वर्मावर बसला. बैलांना उपाशी ठेवणारा तो शेतकरी कसला? दरम्यान बळीभोवती आणखी काही रामोशी गोळा झाले होते.

त्यांच्याकडे बघून नामा म्हणाला, “बगा की रं! हे मुसुलमान कसं बोलतंया आँ?”

रामोशी काय बोलणार? ते आपले गप्पच राहिले!

चिच्यानं हातातली वहाण पुन्हा पायात घातली आणि तो म्हणाला, “काय वाईटपना याचा, तो येऊ दे मला; पर पाटील, मी बैलं कोंडवाड्याला घालनार. ये बळी, ही बैलं घे ताब्यात!”

नाइकाची चालू पाळी वहिवाटीप्रमाणे बळीकडे होती. कायद्याप्रमाणे त्याला आता अंग काढून घेणं कठीण होतं. तो म्हणाला, “जाऊ द्या की चिच्या. असं करून भागतं काय? झाली नुकसानी तर चार भारं मका मागून घ्या पाटलाकडनं. जाऊ द्या

बैलं. मोट खोळंबलीया त्येंची!''

आता मात्र खरोखरीच फार उशीर झाला होता. रानातल्या मोटा चालू झाल्या होत्या, त्यांचे आवाज ऐकू येत होते. घटकाभरानं न्याहारीला मोटा सुटल्या असत्या आणि नामाची अजून काही जुपी झाली नव्हती. उगीचच वाकडं बोलून चिच्याला खिजवल्यामुळे जर त्यानं बैलं कोंडवाड्याला घातली तर ती सोडवून आणीपर्यंत दिवस मावळणार होता आणि उसाला पाण्याची ओढ बसणार होती...

बळी जेव्हा असं बोलला तेव्हा नामाचा आवाज खाली आला. तो म्हणाला, ''सांगा बाबांनू, तुमीच आता. बैलं सुटून गेली, ही चुकी माझी हाय का?''

नामाचा आवाज खाली आला तेव्हा बळीरामाला बरं वाटलं. चिच्याच्या हातातली बैलं सोडवून कासरा नामाच्या हातात देत तो म्हणाला, ''जा तुमी पाटील. जुपी करा जा मोटंची. टाइम भलताच झालाय.''

चिच्या म्हणाला, ''त्येंची मोट हुईल सुरू, पर माज्या मक्कंचं काय रं बळी?''

''सांगटलं की, हो मी मघाच – पाटलाच्यांतनं चार भारं घेऊन जा की!''

चिच्यानं नामाला विचारलं, ''का हो, हाय का कबूल तुम्हाला?''

आलेली बला घालविण्यासाठी नामा म्हणाला, ''होय होय, देऊ की...'' आणि बैलांच्या अंगावर चाबूक उडवीत तो चालूही लागला.

चिच्यानं उगीच अव्वाच्या सव्वा सांगितलं होतं. बैलांनी इतकी नुकसानी केलीच नव्हती. बांधाबांधाचं गवत खात ती मक्यात शिरून चार ताटं खाताहेत, तोवरच चिच्यानं त्यांना धरलं होतं. चार भाऱ्यांऐवजी एखादा जरी मिळाला तरी त्याचा फायदा होता...

नामा झपाट्यानं रानाकडे जात होता. मक्याच्या भाऱ्यांबद्दल तो निश्चिंत होता. अहो देतो म्हटलं, सोडून दिलं. देतो कोण आणि घेतो कोण?

सकाळचे नऊ-साडेनऊ होऊन गेले होते. आता इथून जुपी करायची कधी आणि ऊस भिजवायचा कधी? पार न्याहारीची वेळ झाली होती... आता एवढ्यात पोरगी ऊनऊन भाकरी घेऊन मळ्यावर येईल. त्याच्यात घंटाभर गेला की, ऊन झालंच! मग कशाची मोट आन् कशाचा ऊस? हुस्कारं सोडीत सावलीला पडायचं...

वरचे वर बैलांना दबावीत नामा रानात आला आणि विहिरीचं भुंडं माचाड बघताच त्याच्या मस्तकातून चिडीची मोठ्ठी सणक गेली.

''थोत त्येच्या ह्या काराच्या! सराजम न्हेला कुनी?''

नामाला न सांगता न कळवता, कुनी घसटीतल्या शेजाऱ्यानं मोटेचा सगळा सरंजाम उचलून आपल्या कामाला नेलेला होता. मोटनाडा, कणा, शिवळ, जुपणी – सगळंच! गावात तशी पद्धत होती. कामाचा खोळंबा होऊ नये म्हणून एकमेकांच्या

रानातली हत्यारं, अवजारं उचलून न्यायची आणि अडलेल्या कामाची चालता-चालत करून पुन्हा संध्याकाळी जागच्या जागी नेऊन ठेवायची. 'परवानगीशिवाय हात लावू नये' ही पाटी कुणी लावीत नव्हतं आणि लावली तरी कुणी वाचली नसती.

नामानं बैलं धावेवरच्या बारीक झाडाला गुंतवली आणि उभा राहून तो विचार करू लागला : 'सराजम नेला कुनी? – ढेंगाळ्या शीतारामानं का मिराच्या सोपानानं? का नसल्याच्या इटुबानं?...'

कारण तिघांचीही रानं नामाच्या रानाच्या डावी-उजवीकडे आणि वर, अशी होती. सगळेच नामाचे शेजारी होते आणि नडी-अडीला अशा एकमेकांच्या वस्तू न्यायचा सर्वांचा परिपाठ होता... पण ही तीन रानं फिरायची केव्हा? ऊस तर वाळून चालला होता...

अखेरीला देवाचं नाव घेऊन नामा ढेंगाळ्या शीतारामाच्या विहिरीकडे जाऊ लागला. हळूहळू ऊन तापू लागलं होतं. भला उंच शीताराम मोट सोडून भाकरी खात लिंबाच्या सावलीत बसला होता.

नामा दिसताच तो म्हणाला, "ये नामा, भाकरी खायला."

पण नामा काही बोलला नाही. जवळ जाऊन त्यानं मोट पाहिली, कणा पाहिला आणि पायातली वहाण काढून त्यानं हातात घेतली. शीतारामानं तोंडातला घास गटशिरी गिळला. नामा इतका का बिघडला ते त्याला कळेना. एकाएकी जोडा काढून अंगावर यायला आपल्या हातून काय चुकी झाली बरं?

नामानं वहाण शीतारामाच्या पुढे टाकली आणि चढ्या आवाजात तो म्हणाला, "ह्ये घे आन् हान आमच्या डोकशात."

त्याच्याकडे आश्चर्यानं बघत शीताराम म्हणाला, "का रं नामा, असं वाकडं का?"

"मर्दा, आज खोळंबा झालाय. ऊस लागलाय ऊनानं पेटायला. आन् सराजम तू उचलून आनलास – ही काय रीत झाली व्हय रं?"

"ए गड्या, या म्होरल्या भाकरीशप्पत सांगतो, तुजी आज मोट हाय, हे मला ठावंच न्हाई. इचारीत इचारीन म्हनलं, तर सवडच घावली न्हाई. म्यां म्हनलं, सकाळी उठून कांद्या-वांग्याचं चार वाफं भिजवून घ्यावंत आन् घटकाभरात सराजम आनल्या जागी ठिवावा!"

"घटकाभरात व्हय? दिवस डोक्शावर आला की रं, शीतारामा!" नामा म्हणाला.

"चूक झाली म्हनतो, मग तरी झालं का न्हाई? भाकरी खाऊ का नगं? नगं म्हनलास तर गाडी जोडतो आन् सराजम पोचता करतो."

शीतारामानं चूक कबूल केली पण नामाचं टाळकं फिरलंच होतं.

तो म्हणाला, "काय उपकार करता व्हय आमच्यावर? म्हनं, भाकरी खाऊ का नगं? मर्दा, मी अजून चूळ भरल्याली न्हाई. दिवस उगवल्यापासनं हिंडतोय जुळवाजुळव करण्यात."

मग शीतारामानं भराभर न्याहारी उरकली. वाफ्यातलं पाणी ओंजळीनं पिऊन ढेकर दिली आणि तिथनं तो सराजम गाडीत भरायच्या तयारीला लागला. जो जो उशीर होत होता, तो तो नामाच्या रागाचा पारा वाढत होता. शीतरामकडचा सराजम नामा आपल्या विहिरीजवळ घेऊन आला. नामाची पोरगी सावलीला बसली होती, ती पुढे आली. भाकरीची पाटी बापाच्या पुढे ठेवीत ती म्हणाली, "कवाच्यानं बसलीया मी. न्हेरी-बिरी करायची हाय का न्हाय, रं बाबा, तुला आज?"

"कशाची न्हेरी करतीस, पोरी?" नामा म्हणाला, "ऊस चाललाय वाळून, ठीव भाकरी, आन् जा तू घरी."

न्याहारीची थाळी खोपीच्या लाकडाला अडकवून ठेवून पोरगी उन्हात तळतळत माघारी गेली. नामाला कडक भूक लागली होती; पण चार मोटा घालविल्याशिवाय भाकरीला हात लावायचा नाही, असा पण त्यानं केला होता. दारं धरायला म्हाराचं पोरगं आलं आणि कामाला जुपी झाली.

बारावर एकाचा टाइम झाला होता आणि सूर्य वरून आग पाखडीत होता. बैलं जुपून नामानं वोढणी काखेला मारली आणि 'गणगण दाऽ' म्हणून पहिली मोट घालवली. फासफुस् करीत बैलं उभी राहिली, चाक कुरकुरलं आणि मोटेनं धोधो पाणी ओतलं. उन्हानं वाळून खड झालेल्या पाटात ते शिरतं न शिरतं, तोवर जिरून गेलं. पाट भिजायलाच दहा मोटा भरायला पाहिजे होत्या. पोटात भुकेचा डोंब उठला होता. ऊन चपाचपा लागत होतं.

नित्याप्रमाणे बैलं धावेवर सरायला नाखुश होती. श्वास सोडीत, तोंडं वर-खाली करीत बैलं मागं सरली. मोट बुडाली. चाकावर हात ठेवून नामानं खाली वाकून पाहिलं आणि गर्रकन् तोंड फिरवून 'होऽऽ' अशी हाळी दिली आणि धबलकन् मोटेचा कणा आरीतून सुटून विहीरीत पडला.

नामा मट्दिशी खालीच बसला.

आता कणा काढायचा, सुताराकडनं दुरुस्त करून आणायचा आणि मग परत जुपी करायची! मोट बंद झालेली बघताच दारं धरणारा म्हाराचा पोरगा ओरडला, "का वं पाटील, काय झालं?"

त्याला नामाकडून एक इरसाल शिवी ऐकू आली आणि मागोमाग 'कन्याला रोग आला रं! पडला हिरीत!'

त्यासरशी म्हाराचा पोरगा चिखलानं भरलेले हात वर करून म्हणाला, "खंडुबारायाचं चांग भलं! आता वं पाटील?"

"कना मिळतुया का कुनाचा, बग की!"

"मला कोन देनार जी?"

"आरं लेका बग की तरी! न्हाई म्हनतील; बांधून तर न्हाईत ठिवायचं कुनी तुला?"

महाराच्या पोराला कणा बघायला पिटाळून नामानं विहिरीतला कणा बाहेर काढला. बैलं मोकळी केली आणि उपाशी पोटानंच तो सुतारमेटावर गेला.

"येदुबा, ओऽ येदुबा!"

येदू सुताराची बायको बाहेर आली आणि म्हणाली, "न्हाइती जी, घरात. वाडीला गेल्यात सकाळंच."

"गेला का? कवा येनार हाय माघारा?"

"काय की बा! पर रात हुईल."

"व्हय का?"

"काय काम होतं?"

"काई न्हाई."

आता मात्र नामाला झीट आली होती. कणा खांद्यावर घेऊन तो परत रानात आला. महाराच्या पोराचा अद्याप पत्ता नव्हता. तवर भाकरी तरी खाऊन घ्यावी असं नामानं ठरवलं. हात धुऊन नामा खोपीकडे आला. सावलीसाठी केलेल्या लहानशा खोपीत भाकरी अडकवून पोरगी गेली होती. नामा खोपीकडे आला तेव्हा कावळ्यांची झुंबड भाकरीवर पडली होती. कोरड्यासानं गाडगं, कांदा भुईवर पडला होता आणि चिंध्या झालेल्या फडक्यात थाळी लोंबत होती!

भराभर खालची ढेकळं उचलून नामानं कावळ्यांवर फेकली. कावळे उंच-उंच उडत होते आणि नामा येड्यासारखा ढेकळं भिरकावीत होता; कावळ्यांना उद्देशून वाईटसाईट बोलत होता. दात-ओठ खाऊन ढेकळं फेकता फेकता त्याचा घसा दाटल्यासारखा झाला होता. कावळे जिकडेतिकडे पांगत होते; खोडकर पोरांसारखे ओरडत होते; नामा उपाशी आहे, याचं त्यांना काही नव्हतं....

दिवस मावळायला चालला, तसा महाराचा पोरगा आला आणि खोपीत निजलेल्या नामाला हाका मारू लागला. उपाशी पोटानं आणि चढत्या डोक्यानं नामा पडला तसा झोपला होता. पोराच्या चार हळ्या ऐकल्या तेव्हा तो खडबडून जागा झाला आणि म्हणाला, "आलास का?"

"कना न्हाई बाबा मिळत कुठं!" पोगरा म्हणाला.

"न्हाई? मग इक्त्या उशीर तू गोट्यानं खेळत हुतास का रं?"

"उनात फिरफिरून झीट आली. जेच्याकडं जावं ते म्हनतंय, कना न्हाई."

असं म्हणून पोरगं खाली बसू लागलं तेव्हा झटक्यानं एक ढेकूळ उचलून नामानं त्याच्या पाठीत धबकावलं आणि तो ओरडला, ''बसू नगंस तू, अर्ज्या! कना घेऊन सुतारमेटावर जा!''

मेटावर सुतार नाही हे अर्ज्याला माहीत होतं; पण आता लांबड लावून उपयोग नाही, हे ढेकळाकडून नीट कळल्यामुळे तो कणा घेऊन रानाबाहेर पडला.

दिवेलागण झाली. नामा घरी आला. बायकोनं विचारलं, ''भिजला का वं ऊस?''

यावर पायातली वहाण तिच्यापुढे ठेवून नामा म्हणाला, ''ह्ये घे आन् हान माज्या टकुऱ्यात चार!''

काम बिघडलंय, हे ओळखून मंजाबाई गप्प बसली. पण पोरीला काही कळलं नाही. ती जवळ येऊन म्हणाली, ''बाबा, कोंबडा मेला की आपला!''

''आँ! मेला? व्हय गं?''

मंजाबाई बाहेर येत म्हणाली, ''व्हय, त्येनंच वराडला न्हाई पाटं. मी बगा, रागारागानं मारलं त्येला – आन् खरंच की वं! रोगडा आलाय कोंबड्यास्नी! खुराड्यात काई ऱ्हातंय का न्हाई, कुनाला ठावं!''

नामा म्हणाला, ''ठीक झालं! जनावरास्नी बी येऊ दे आन् आमास्नी बी येऊ दे रोगडा! पाक रोगानं घर बसलं, म्हंजे सुटलो ह्या कटकटीतनं!''

■

हंस, जुलै १९५७

साडेपाच वाजता कचेरी सुटल्यावर यदुनाथ राजाराम बापट या माणसाने दुचाकीवर टांग टाकली आणि घरी न येता परस्पर तो पुणे लष्कर भागातील वेस्टएंड सिनेमाकडे गेला. साडेसहाचा सिनेमा पाहून नऊ-दहाच्या सुमारास कॉफी हाउसमध्ये चमचमीत जेवायचे आणि उष्ण पानपट्टी चघळीत सावकाशपणे घरी यायचे, असा बेत त्याने आज केला होता. सिनेमासुद्धा वरच्या वर्गाचे तिकीट काढून बघायचा आणि जेवणसुद्धा चांगले उत्तम घ्यावयाचे. या साऱ्या चैनीत आठ-दहा रुपये गेले तरी मुळीच हरकत नव्हती. वस्तुतः हा बेत यदुनाथच्या मिळकतीच्या मानाने धाडसी होता. कारण सदरहू बापट हा गृहस्थ काही अविवाहित नव्हता. १८०-५-२२० इ.बी. १०-३०० या ग्रेडवर नुकताच लागलेला, लग्न होऊन चार वर्षे संसार केलेला, दोन मुले आणि दहा जणींत बरी दिसणारी बायको पदरात असलेला तो चांगला मुलाबाळांचा धनी आणि संसारी माणूस होता. पण आठवड्यापूर्वी त्याची बायको तिसऱ्या बाळंतपणासाठी माहेरी गेली होती. साहजिकच तूर्त यदुनाथ बापट हा माणूस सड्या माणसांचे सुख अनुभवीत होता. रात्री उशिरा घरी आले तरी त्याच्यावर कोणी रुष्ट होणार नव्हते आणि सिनेमासाठी खर्च करून वर आणखी बाहेर जेवण्याचे पातक केल्याबद्दलही त्याला कोणी बोलणार नव्हते. त्यामुळे, समाजानंतर 'बायको' ह्या एका माणसाला भिऊन वागणारा हा गृहस्थ, आज अर्धाअधिक निर्भय झाला होता.

थिएटरच्या आवारात जाऊन यदुनाथने सायकल स्टॅन्डला लावली. खिडकीशी जाऊन तिकीट काढले. भिंतीशी लावलेल्या मोठ्या आरशात एकदा छबी न्याहाळली. यदुनाथ अद्यापि एखाद्या पोऱ्यासारखा दिसत होता. दिसणारच. बत्तीस वर्षे हे काही फार वय नव्हे. त्यात व्यवस्थित खाण्यापिण्यामुळे पोट सुटून यदुनाथचे शरीर

४

गृहस्थ

थुलथुलीत झाले नव्हते. त्याची उंची चांगली होती आणि बांधा आटोपशीर होता. नीट भांग पाडलेले काळे कुळकुळीत केस, पाणीदार डोळे, नीट नाक, पातळ आणि ओलसर जिवणी असे यदुनाथचे रूप मोठे छान दिसत होते. पांढरा स्वच्छ शर्ट, निळ्या सर्जचा कोट आणि खाली पांढरी पँट असा पोशाख केल्यामुळे तो चांगला तरतरीत दिसत होता. इतका की, त्याचे लग्न झाले नाही असे वाटून एखाद्या नव्या तरुण पोरीने त्याला लग्नाची गळसुद्धा घातली असती. काय हरकत आहे? लग्न झाले की, सामान्यपणे माणसे कपड्यालत्त्यांकडे दुर्लक्ष करतात. नकळत त्यांच्या अंगी थोडाफार गबाळेपणा येऊ लागतो. नीटनेटके वागणे म्हणजे छचोर वागणे, असे प्रौढ समीकरण मांडून माणसे गलथानपणे वागू लागतात. वेळच्या वेळी केस कापणे, दाढी करणे, असल्या साध्या गोष्टींत त्यांच्याकडून हयगय होऊ लागते. हे करणे परवडत नाही, ते करणे परवडत नाही, असे रडगाणे गात ही गृहस्थाश्रमी मंडळी असे काही कळाहीन वागू लागतात की, पाहताक्षणीच यांचे लग्न झाले आहे हे समजून येते. यदुनाथच्या बाबतीत असे नव्हते. अगदीच चाणाक्ष मुलीखेरीज इतरांना तो गुंतला आहे, हे कळायला काही साधन नव्हते. त्याचा चेहरा अद्याप कसा तुकतुकीत ताजा दिसत होता. त्याची नजर अद्याप कशी धारदार होती. खांदे उभे होते आणि पाठीचा कणा कसा ताठ होता. पाण्यात असून ओले न होणाऱ्या कमलपत्रासारखा यदुनाथ राजाराम बापट हा गृहस्थ विवाहित असून अविवाहितासारखा होता. तरण्याताठ्या पोरीबाळींची नजर ओढून घेण्याइतपत तो अद्यापही ताजा होता.

आरशात पाहून झाल्यावर यदुनाथ अधिकच तरुण झाला. प्रौढपण असे काही त्याच्यात उरलेच नाही. पाटलोणीच्या खिशात हात कोंबून, शीळ घालीत तो थिएटरच्या दाराशी पोहोचला. आत पाहत पाहतच बेफिकीरपणे त्याने दारावरच्या माणसाला तिकीट दाखवले. अर्धे तिकीट चुरगळून खिशात कोंबले आणि खुर्च्यांच्या रांगांतून सरसर तिरका सरत तो एका खुर्चीवर जाऊन बसला. बसला तोसुद्धा आराम, ऐसपैस! काही लोक सिनेमाच्या थिएटरमधेसुद्धा धरून आणल्यासारखे बसतात. काहीजण कपड्यांची शान टिकविण्यासाठी अवघडून बसतात. पण यदुनाथ एखाद्या आरामखुर्चीत बसावा, तसा आरामात बसला आणि उजव्या पायाचे पाऊल झोकात हलवू लागला.

भराभर लोक येत होते. खुर्च्या वाजत होत्या. कपड्यांची सळसळ होत होती. अत्तराचे वास दरवळत होते. इंग्रजी संगीताचे स्वर उठत होते. यदुनाथचे पाऊल हलत होते.

फिक्कट जांभळ्या रंगाची जॉर्जेटची साडी नेसलेली एक देखणी पारशी बाई आणि तिचे बोट धरून एक गोरेगोमटे सात-आठ वर्षांचे पोर यदुनाथच्या जवळून पुढे गेले. पुढच्या रांगेतल्या खुर्चीवर ती दोघेही बसली. त्या बाईच्या केसांचे गोल

वर्तुळ आणि चिनीमातीच्या सुरईसारखी तिची मान व अर्धी पाठ पाहून यदुनाथचे पाऊल हलता-हलता गप्प झाले!

एक पोर होऊनही बाईचा 'फॉर्म' अद्याप कसा सुरेख राहिलेला होता. गौरवर्णाची ही नाकेली बाई सौंदर्यस्पर्धेत खासच निवडून आली असती. मान वळवून ती किंचित वाकली आणि आपल्या मुलाशी बोलली, तीसुद्धा इतक्या रुबाबात की, गप्प राहिलेले यदुनाथचे पाऊल पुन्हा हलेच ना! बाईची प्रत्येक हालचाल मोहक होती, प्रमाणबद्ध होती. कुठे सरळ रेषा अशी नव्हतीच! हरेक रेषेला बाक होता आणि जोम होता. सगळे कसे समतोल होते, सगळ्यांत कसा मेळ होता! हे सगळे किती सहज होते, किती अकृत्रिम होते! या चार भिंती, ही माणसे या खुर्च्या, हा चौकोनी पडदा, ही जमीन, हे छत या सगळ्यांचा तोल जणू या एकट्या लावण्यवतीने सांभाळला होता. तिचे वळणे, तिचे वाकणे, तिचे बसणे यांमुळे कुठे काही बिघाड होत नव्हता. तिच्या प्रत्येक हालचालींत सौंदर्य होते; अर्थ तर होताच होता! अधूनमधून बाई मागे बघत होत्या. अर्थपूर्ण नजरेने बघत होत्या. यदुनाथ भांबावून जात होता.

काही दिवे विझले. पडद्यावर चित्रे दिसू लागली. अद्याप माणसे येत होती. खुर्च्या वाजत होत्या. कपडे सळसळत होते. पडद्यावर रंगीत जाहिराती चालू होत्या. बाईने अर्थपूर्ण नजरेने आपल्याकडे का पाहिले, हा एकच प्रश्न यदुनाथच्या मनात होता. तिच्या मनात काय आहे? आपण जसे आज सडेपणाचे सुख अनुभवीत आहोत, तशी ही बाईही अनुभवीत आहे काय?

एकाएकी ती पद्मिनी मागे वळून यदुनाथला इंग्रजीत म्हणाली, "आपल्या शेजारच्या या दोन खुर्च्या रिकाम्या आहेत का?"

प्रश्न अनपेक्षित नव्हता; पण आला होता अनपेक्षितपणे! उजव्या बाजूला दोन खुर्च्या रिकाम्या आहेत हे यदुनाथच्या तरी ध्यानात कुठे आले होते? पडद्याचा मध्यबिंदू सरळ रेषेत यावा, या हेतूने युदनाथने दोन्ही बाजूंचे कोपरे टाळले होते. अगदी मध्य तर मिळणे शक्यच नव्हते. कारण मध्ये वाट होती. साहजिकच अलीकडच्या रांगेत येऊन तो बसला होता. अगदी कडेला नको म्हणून एक-दोन खुर्च्या सोडून बसला, इतकेच; त्यामागे त्याची काही योजना नव्हती. पण परमेश्वरी योजना कुणाला कळली आहे? तो काही हिशेब जमवीत असतो का?

गोंधळून यदुनाथने उजवीकडे पाहिले आणि घाईघाईने तो त्या प्रियंवदेला म्हणाला, "हो, मोकळ्याच आहेत. अद्याप तर कुणीच बसलं नाही."

यदुनाथने असे म्हणताच ती गौरी जागची उठून आपल्या मुलासहित यदुनाथच्या रांगेत येऊ लागली, तेव्हा त्याचे काळीज फडफडले. यदुनाथ सावरून बसला. जिच्या सौंदर्याचे तो इतका वेळ चिंतन करीत होता, ती मीनाक्षी सन्मुख होऊन त्याच्याशी मंजुळ वाणीने बोलली होती. नुसती बोलून थांबली नव्हती, तर ती आता

त्याच्या समीप येऊन घटक-दोन घटका बसणार होती. हा योग काही साधासुधा नव्हता. ती चंद्रमुखी थिएटरच्या धुंद वातावरणात नि सोयीस्कर अंधारात यदुनाथ राजाराम बापट हा तरुणासमीप येऊन केवळ दोन-अडीच हात अंतरावर राहून सबंध चित्रपट पाहणार होती. अशा वेळी आणि अशा जागी दोन-अडीच हात अंतर हे काही तोडायला कठीण नव्हते!

यदुनाथची कानशिले गरम झाली. छातीचे ठोके जलद पडू लागले! ती तनुमध्या पुढच्या रांगेत मिळालेली जागा सोडून आली. खरे तर शेवटच्या खुर्चीवर बसून यदुनाथशेजारी आपले मूल बसविणे योग्य ठरले असते; पण मौज अशी की, मुलाला शेवटच्या खुर्चीवर बसवून ती चारुगात्री यदुनाथच्या शेजारी बसली! मुलाच्या बाजूला कलून युदनाथ आणि ती यांच्यामध्ये समाईक असा खुर्चीचा हातदेखील तिने मोकाट ठेवला नाही. ऐरावताच्या सोंडेसारखे आपले दोन्ही हात तिने चक्क दोन्ही बाजूंना ठेवले. अडीच हात होते, ते अंतर आता केवळ वीतभरच राहिले!

फुलांनी डवरलेल्या जाईच्या कुंजाशेजारी बसावे, तसा यदुनाथ त्या कृतप्रौढेच्या शेजारी बसला होता; समोरच्या पडद्यावर चाललेल्या चित्रपटाकडे त्याचे ध्यान मुळीच नव्हते. वर फिरणाऱ्या पंख्याच्या वाऱ्याने तिच्या गोऱ्या कपाळावर रुळणाऱ्या केसांच्या गुंडाळीबरोबर तोही रुळत होता. लहानसहान हालचालींसरशी खांद्यावरून घसरून खाली पडणाऱ्या तिच्या पदराबरोबर तोही घसरत होता. तिच्या मनगटावर टिकटिकणाऱ्या चिमुकल्या सोनेरी घड्याळाबरोबर तोही टिकटिकत होता.

थिएटरमध्ये अंधार होऊन समोर चित्रपट चालू झाला होता. दृश्यांमागून दृश्ये दिसत होती. पात्रे बोलत होती. नाचत होती. त्यांच्या बोलण्या-वागण्यातून एक कथा आकार घेत होती आणि नेमकी याच वेळेला प्रत्यक्षातही एक कथा आकार घेत होती. निव्वळ योगायोगाने एकमेकांच्या जवळ आलेले स्त्री-पुरुषांचे एक जोडपे एका कथेला जन्म देत होते. बारीक-बारीक घटनांची साखळी जोडली जात होती.

उजव्या बाजूला सहज रेलून यदुनाथने त्या कामिनीच्या हातापाशी आपले कोपर ठेवले. त्याची अपेक्षा होती की, हिच्या मनात काही नसेल, तर हा स्पर्श होताच चटका बसल्याप्रमाणे बाई आपला हात बाजूला घेईल. पण आश्चर्याची गोष्ट, तसे घडले नाही. बाईने परपुरुषाचा स्पर्श आपल्या अंगाला होऊ दिला. का? कदाचित हा ओझरता स्पर्श तिला जाणवत नसेल. चित्रपट पाहण्यात मन दंग झाल्यामुळे ही लहानशी पण अर्थपूर्ण बाब तिच्या ध्यानी आली नसेल. अलीकडे जीवन असे गर्दीचे झाले आहे की, स्त्रीला पुरुषाचे आणि पुरुषाला स्त्रीचेसुद्धा धक्के बसल्याशिवाय घराबाहेर पडलेले पाऊल पुन्हा माघारी येणे मुश्कीलच! आगगाडीत, बसमध्ये, मंडईमध्ये, जिथे-जिथे गर्दी आहे, घाई आहे, त्या-त्या ठिकाणी हे कोणी टाळूच शकत नाही. कदाचित हा स्पर्श त्यातला समजून बाईंनी त्याकडे दुर्लक्ष केले असेल.

यदुनाथ थोडा अधिक रेलला. आपल्या कोटाची बाही बऱ्याच प्रमाणात बाईंच्या हाताला लागावी अशा बेताने बसला आणि तरीही बाईंनी ते खपवून घेतले.

कथा पुढे-पुढे जाऊ लागली –

अंधारातच खाली वाकून यदुनाथने अदमास घेतला आणि उजवा पाय बाईंच्या दिशेने थोडा सरकवला. आणखी थोडा सरकवला. जॉर्जेटच्या साडीची कड यदुनाथच्या पावलाला लागू लागली. आणखी थोडीशी हालचाल झाली आणि बाईंच्या पायाला यदुनाथचा सर्व पाय लागला. पावलापासून गुडघ्यापर्यंत आणि तरीही बाईंनी ते सोसून घेतले!

यदुनाथ आता पेटून गेला होता. त्याच्या गात्रागात्रांतून ज्योती पेटल्या होत्या. त्याच्या ज्ञानेंद्रियांना धार लागली होती. बाईंची बारीकशी हालचाल, बाईंचा निसटता स्पर्श, बाईंचा साधा श्वास, हे सगळे त्याला किती तीव्रतेने जाणवत होते. तो जवळीक करीत होता, स्पर्शाने बोलत होता; पण बाईंकडून प्रतिसाद येत नव्हता. सोशीकतेच्यापलीकडे जाऊन बाई काही प्रत्युत्तर अशा देतच नव्हत्या.

पण बायकांच्या मौनातच संमती नसते का? हृदयाची भाषा ही मुक्यानेच होत नाही काय? मनातल्या होकाराला शब्दरूप येण्याआधीच चाणाक्ष पुरुषाने तो गृहीत धरायला नको काय? यदुनाथ राजाराम बापट हा गृहस्थ चाणाक्ष होता. नाही म्हटले तरी आतापर्यंत काही स्त्रियांशी त्याचा संबंध आला होता. हरेक सामान्य तरुणाच्या विवाहपूर्व जीवनात ज्या प्रमाणात स्त्रिया येतात, त्याच प्रमाणात. या शास्त्रात बापट काही तज्ज्ञ नव्हता. सूक्ष्मातिसूक्ष्म भेदापर्यंत तो पोहोचला नव्हता. पण मूकसंमती समजण्याइतपत तो ज्ञानी होता. त्यामुळे बाई गप्प राहिल्या आहेत, म्हणून तोही गप्प राहिला नाही. त्याने आपला प्रयत्न चिकाटीने चालूच ठेवला.

बाई गप्प होत्या, पण त्यांचा गप्प राहण्याचा सोयीस्कर असा अर्थ घेऊन एकदम काही अविचार करण्यात धोका होता. फार मोठी चढण पायऱ्यापायऱ्यांनीच चढावी लागते. एकदम उड्डाण करीन म्हटले, तर यशापेक्षा अपयशच येण्याचा संभव जास्त. यदुनाथ पायऱ्यापायऱ्यांनी जात होता. डोळ्यांच्या कोपऱ्यातून तो बाईंच्या चेहऱ्याकडे पाहत होता. पण सन्मुख नसल्यामुळे चेहऱ्यावरचे भाव आजमावणे कठीण होते. शिवाय एरवी सोईस्कर वाटणारा अंधार इथे गैरसोयीचा वाटत होता. चेहऱ्यावरील बारीकसारीक भाव काही दिसत नव्हते. यदुनाथच्या मनात जशी विलक्षण खळबळ चालली होती, त्याच्या भावनांचा जसा विलक्षण प्रक्षोभ झाला होता, तो जसा भुसनळ्यासारखा पेटला होता, तशा बाईही पेटल्या आहेत का, निदान त्या थोड्याशा उष्ण तरी झाल्या आहेत का, हे कळत नव्हते.

यदुनाथला सारखे वाटत होते की, भुईकमळासारख्या दिसणाऱ्या बाईंच्या पायावर आपले पाऊल हलकेच ठेवावे. अगदी कळत-नकळत आणि तरीही बाई जर

हलल्या नाहीत, तर ते भुईकमळ पायाने थोडेसे दाबावे. हा विचार थोडाफार धाडसी होता. मनात आल्यासरशी करून मोकळे होण्यातली बाब नव्हती. करू का नको, या विचारात यदुनाथ बराच वेळ राहिला. हलकेच तो खाली पाहत होता, पुन्हा वर पाहत होता. त्याचे काळीज आता इतके फडफडू लागले होते की, पिंजऱ्यातून ते बाहेर पडणार असे वाटत होते. आपल्या पायातली वहाण काढून यदुनाथ तयार होता. मनाची तयारी अद्याप होत नव्हती. आपलेच उजवे पाऊल उचलून त्याने ते डाव्या पावलावर ठेवले. थोडेसे दाबलेही. नेमके असेच त्याला आता करायचे होते. सावकाशपणे सरकावून हे पाऊल त्या तन्वीच्या गौर पावलाला लावायचे. लावायचे आणि मग थोडेसे दाबायचे! शारीरिक दृष्ट्या गोष्ट काही कठीण नव्हती. मानसिक दृष्ट्या मात्र ही साधी हालचाल कठीण होती.

वर पंखा फिरत असूनही यदुनाथचे कपाळ थोडेसे ओलसर झाले. घशाला किंचित कोरड पडल्यासारखे वाटले. त्याने घुटका गिळला. खिशातला रुमाल काढून कपाळ टिपले. आपल्या सर्वांगाला कंप सुटला आहे असे त्याला वाटले. वाटले, ते खोटे नव्हते. यदुनाथच्या सर्वांगाला हा कंप सुटलाच होता. आता हा मानसिक आणि शारीरिक प्रक्षोभ थोडासा खाली बसेपर्यंत थांबणे उचित होते.

यदुनाथ थांबला. यदुनाथ थांबला आणि मध्यंतराची घंटा खणखणली. मालवलेले दिवे उजळले. भराभर प्रेक्षक उठू लागले. खुर्च्या वाजू लागल्या. कपड्यांची सळसळ होऊ लागली. लोक आपआपसात बोलू लागले. थिएटरबाहेर फेरीवाले ओरडू लागले. बाई उठल्या आणि मुलाला घेऊन बाहेर पडल्या. थोडा वेळ थांबून यदुनाथही उठला आणि बाहेर आला. त्याच्या गात्रांवर पडलेला ताण थोडा सैल झाला. समोरच्या स्टॉलशी जाऊन थोडासा गरम चहा प्यावा असे त्याला वाटले. स्टॉलशी जाऊन इकडेतिकडे बघत तो उभा राहिला. बाई कुठे दिसत नव्हत्या. नाना स्त्री-पुरुषांची गर्दी झाली होती, त्यात कोण कुठे दिसणार? अशा प्रकाशात बाईंच्या डोळ्याला डोळा देणेसुद्धा कठीणच नव्हते का?

चहा पिऊन यदुनाथने सावकाशपणे एक सिगारेट ओढली. पोशाख ठाकठीक केला. मध्यंतर संपून लोक नीट बसल्यावरच आपण आत जाणे बरे असे त्याला वाटले. घंटा झाली. सिगारेटी विझवल्या गेल्या. कपबश्यांचा किणकिणाट आणि फेरीवाल्यांच्या आरोळ्या थांबल्या. लोक भराभर थिएटरात घुसले.

यदुनाथ आपल्या खुर्चीवर बसला आणि बाई आपल्या मुलाला घेऊन आल्या. यदुनाथने आता धीर गोळा केला होता. पुढल्या गोष्टी तो झटपट उरकणार होता. आता तर्क करण्यात अर्थ नव्हता. आलेली संधी गमावण्यात शहाणपणा नव्हता. अशा बाबतीत अति शंका घेणे बरे नव्हे. बाई काही प्रतिसाद देत नव्हत्या हे खरे; पण पुढे बसलेल्या त्या आपणहून यदुनाथच्या शेजारी येऊन बसल्या नव्हत्या का?

मुलाला पलीकडे बसवून आपण यदुनाथशेजारी बसण्यात त्यांचा काहीच हेतू नाही, असे कसे म्हणावे? सामान्यत: बायका असे करीत नाहीत. काही हेतू असल्याशिवाय तरुण बायका पुन्हापुन्हा वळून परपुरुषाकडे पाहत नाहीत. छे, आता धीट होऊन करायचे ते केले पाहिजे.

पण बाई यदुनाथच्या शेजारी बसल्या नाहीत. त्यांनी आपल्या मुलाला यदुनाथशेजारी बसवले आणि मधल्या वाटेला लागून असणाऱ्या कडेच्या खुर्चीवर त्या आपण स्वत: बसल्या. बाईंनी यदुनाथशेजारी बसण्याचं टाळलं!

पेटलेला यदुनाथ एकदम थंड झाला. विलक्षण शरमून त्याने खाली पाहिले. ते तक्रारीच्या स्वरात म्हणत होते, "आय कान्ट सी द स्क्रीन, ममी."

त्याच्याकडे न पाहता बाई बोलल्या, "आय नो. बट यू विल हॅव टू सिट देअर."

"व्हाय?"

"आय डोण्ट नो!"

म्हणजे? पुढल्या रांगेत बसलेल्या बाई उठून इकडे आल्या, त्या कडेची खुर्ची मुलाला मिळावी, वाटेकडे थोडे कलून आपल्या मुलाला चित्रपट नीट पाहता यावा म्हणून? पुढल्या खुर्चीत होत्या, तेव्हा तो बुशकोटवाला त्या मुलाला आड येत होता, हे खरेच! जेवढा पेटला होता, तेवढाच यदुनाथ थंड झाला. जेवढा चढला होता, त्याच्यापेक्षा कितीतरी पटीने खाली आला. आपल्या सर्वांगाचा संकोच करून त्याने डोळे मिटून घेतले. बाईंना सगळे कळले होते. कळूनसवरून त्यांनी जागा बदलली होती. आपण एका उपद्रवी माणसाशेजारी बसण्यात चूक केली आहे, हे बाईंना कळून आले होते.

चित्रपट पुन्हा सुरू झाला होता. ते बापडे पोर गुडघ्यांवर बसून मान उंच करून पाहत होते आणि पलीकडे बाई शांतपणे बसल्या होत्या. आपण जागा बदलल्याने यदुनाथ कसा खाली कोसळला आहे, हे पाहण्याची मुळीच उत्सुकता त्यांना नव्हती.

अर्थाचा अनर्थ करून यदुनाथ कुठल्याकुठे गेला होता. किती माकडचेष्टा त्याने केल्या होत्या. ते सगळे बाईंना कळले होते. समजले होते. यदुनाथचे चोरटे दृष्टिक्षेप आणि वासनापूर्ण स्पर्श तिने सोसले होते. निग्रही मनाने त्यांनी या अशिष्ट माणसाचे सगळे चाळे मध्यंतरापर्यंत सोसले होते. त्यांनी काही आक्रस्ताळेपणा केला नव्हता. एखाद्या शब्दाने यदुनाथची निर्भत्सना केली नव्हती. एवढेच नव्हे तर त्या मुलाच्या आईने रागाने यदुनाथकडे पाहिलेही नव्हते. यदुनाथ राजाराम बापट या गृहस्थाला, त्याच्या माकडचेष्टांना, त्याच्या क्षुद्र, भित्र्या आणि आचरट वागणुकीला त्या सूज्ञ वत्सलेने मुळीच किंमत दिली नव्हती. आपल्या सौंदर्याला कमीपणा आणील अशी अरूप गोष्ट तिच्या हातून घडलीच नव्हती. केवळ एखाद्या बेडकापासून दूर सरावे,

तशी ती यदुनाथपासून दूर सरली होती. तिने नापसंती व्यक्त केली नव्हती, नाक मुरडले नव्हते, असुंदर असे काही शब्दसुद्धा उच्चारले नव्हते. केवळ ती दूर बसली होती आणि त्यासरशी भान सुटलेला यदुनाथ खाडकन भानावर आला होता.

यदुनाथला फार अपराध्यासारखे वाटू लागले. तो फार शरमिंदा झाला. त्या मुलाने आपल्याकडे बघू नये, त्या बाईंच्या नजरेला आपण पडू नये असे त्याला वाटू लागले. यदुनाथला अस्वच्छ आणि गलिच्छ वाटू लागले. देवळाच्या समोरच्या कोपऱ्यात आपले शरीर, आपले दैन्य, आपल्या चिंध्या घेऊन बसलेल्या भिकाऱ्यासारखी त्याची अवस्था झाली. या जागी राहू नये, इथून पळून जावे असे त्याला वाटू लागले. एकाएकी तो घाबरला. शरमेने वाकलेला, भीतिने काळवंडलेला यदुनाथ आजारी माणसासारखा उठला आणि आपापल्या जाण्यासाठी वाट करून द्यावी म्हणून खालच्या मानेने बाईंना बोलला, ''एक्सक्यूज मी!''

त्या मुलाने आपले गोरे पाय आखडून घेतले. मुलाच्या आईने आपली साडी मागे घेऊन वाट मोकळी केली. चोरट्यासारखा यदुनाथ खुर्च्यांच्या रांगांतून बाहेर पडला आणि जाता-जाता बाईंनी स्वत:शीच उच्चारलेले शब्द त्याच्या कानावर पडले, ''यू आर एक्सक्यूज्ड!''

■

वसंत, दिवाळी १९५७

पकुर्ड्यांच्या मागे धावता-धावता गावची शीव सोडून मी फार लांब आलो होतो. लावण्यराज श्रावण फुललेला होता. राने हिरवीगार झाली होती. बाजरी जोमाने वाढत होती. व्हंडीचा हुरडा झाला होता. भुईमुगाला पिवळीरंजन फुले आली होती. पांढरीफेक गुरेवासरे हिरव्या रानांतून शेपटीच्या चवऱ्या फिरवीत हिंडत होती. नेपतीच्या झुडपांवर माणकांसारखी तांबडी चुटूक फळे आली होती. बाभळी फुलल्या होत्या आणि सुगरण पाखरे आपली झुलती घरटी बाभळीच्या डहाळ्यांवर गुंफण्यात दंग झाली होती. बोरीच्या झुडपांतून व्हले अंड्यांवर बसले होते.

हिरवी माळराने आणि काळी जिराईत राने तुडवीत मी हिंडत होतो आणि पकुर्ड्यांचे थवे आभाळातून भरारत होते. पकुर्ड्यांच्या मागे मी धावत होतो. माझ्यामागे रामोश्याचा नामू धावत होता. पकुर्ड्या बंदुकीच्या आसपास येत नव्हत्या आणि दिवस हलकेहलके कलत होता.

रामोश्याच्या नामूला शिकारीची नशा चढली होती, आणि मला रानची नशा चढली होती. केव्हा बार होईल, केव्हा पाखरे धरणीवर कोसळतील असे नामूला झाले होते; पण पकुर्ड्या खुल्या आभाळातून भिंगरीसारख्या चालल्या होत्या. आभाळावर रांगोळी घातल्यासारखे दिसणारे ठिपके कधी जवळ येत होते, तर कधी दूर जात होते, दिसेनासे होत होते. सुरेख वारा सुटला होता आणि मीही भिंगरीसारखा रानामागून राने तुडवीत चाललो होतो. श्रावणमास होता. चोहोंकडे हिरवळ दाटली होती आणि माझ्या मनामध्ये हर्ष दाटला होता.

कलरव करीत पकुर्ड्यांचे थवे आभाळातून भरारत होते. घरटी विणता-विणता सुगरण पाखरे गाणी गात होती. अंड्यावर बसलेल्या पक्षिणीला रिझविण्यासाठी व्हले हुंकारत होते. बाजिंदे कावळे व्हंडीच्या कणसांना, मक्याच्या कणसांना झोंबत

५

घरापाठीमागची लोभा

होते. हिरव्या धरित्रीपासून निळ्या आभाळापर्यंत झोके घेत चिवळा शिळा घालीत होत्या आणि मी वाऱ्यावर निघालेल्या पांढऱ्या म्हातारीसारखा गुंगत चाललो होतो!

मध्येच मी काळ्या रानात उभा राहिलो. पाठीची बंदूक धरणीवर ठेवून दिली.

लांब राहिलेल्या नामाला हात वर करून हाळी दिली, "नामा, ही बंदूक संभाळ. पकुर्ड्या मिळतात का, तू बघ. मी हिंडतो."

– आणि हवे तसे हात नाचवीत, हवी तशी पावले टाकीत मी पुढे-पुढे चाललो. गाणी म्हणू लागलो, शीळ घालू लागलो.

लांब पूर्वेकडे पावसाने फळी धरली होती. निळ्या-निळ्या ढगांतून खाली धाव घेणारा पाऊस लांबून ओळखू येत होता, इथे ऊन होते आणि त्या तिकडे पाऊस कोसळत होता. पुन:पुन्हा कानाशी लागून वारा ओरडत होता की, 'पाऊस आला, पाऊस आला!'

रामोश्याचा नामू वाऱ्यापेक्षा आवाज चढवून ओरडत होता, "तात्या, फिरा माघारी. झिरंगट यायला करतंय. तात्या, तकडं कुनीकडे निघाला? पाऊस अंगावर येतोय."

पण पावसाची भीती बाळगणाऱ्यांपैकी मी आता राहिलो नव्हतो. श्रावणातला ओला वारा पिऊन मी धुंद झालो होतो आणि मातीचा सुगंध घेत सपाट्याने चाललो होतो. गेले कित्येक दिवस मी असा मोकळ्यावर दौडलो नव्हतो; गेल्या कित्येक महिन्यांत अशी हिरवळीने रोमांचित धरित्री आणि अफाट मोकळे आभाळ मी पाहिले नव्हते. फार दिवसांनी माझे पाय आज जमिनीवरून सुटले होते.

एकाएकी पावसाची झड आली! छत्रीधारी सैनिक उतरावेत तसे पावसाचे थेंब धरणीवर उतरू लागले. ताश्यावर टिपरी पडावी तसा आवाज होऊ लागला. झाडेझुडपे माना वाकवून पाठीवर पाऊस घेऊ लागली. पाखरे आडोशाला पळू लागली.

आला, रे आला, पाऊस आला!

मी जागच्या जागी उभा राहिलो. पाखराने पंख पसरावे, तसे दोन्ही हात पसरले, डोळे मिटून तोंड आभाळाकडे केले आणि गुलाबपाण्याचा शिडकावा अंगावर घेत राहिलो.

रामोश्याचा पोरगा मागून धावत आला, "चला, चला तात्या, आडोशाला चला."

"कशाला आडोसा नामा? बरं वाटतंय पावसात!"

"येडं का खुळं! पाक भिजली की कापडं. काडतुसं भिजतील, तात्या, पळा."

पळा तर पळा! पावसात उभे राहिले काय आणि पावसातून धावले काय? काळ्या रानातून, पडीक रानांतून, बाजरीच्या मोडांतून आम्ही पळू लागलो.

"कुणीकडे चाललोय आपण नामा?"

"ह्या हतं, सोन्याच्या वाडीत!"

"सोन्याची वाडी इतक्या जवळ आली का?"

"तर हो, लांब आलोय आपण गावापसनं!"

लांब काय आणि जवळ काय! सोन्याची वाडी काय आणि आपले गाव काय? पावसात भिजले काय आणि आडोशाला कुडकुडत उभे राहिले काय? सगळे सारखेच.

"तात्या, बेतानं! पाय घसरंल."

"घसरू दे नामा, पडलो तरी काळ्या रानात लागतंय काय?"

"तात्या, तिकडं कुनीकडं? हिकडं उजव्या हाताला राहिली वाडी!"

बरे, उजव्या हाताला तर उजव्या हाताला!

सोन्याच्या वाडीत पोहोचून एका घरात शिरलो तेव्हा माझ्या अंगावर बरेच गुलाबपाणी पडले होते. तिसऱ्या प्रहरची वेळ असल्यामुळे रानात गेलेली गडीमाणसे, गुरेढोरे अद्याप घराकडे परतली नव्हती. समोरच्या सोप्यात फक्त एक म्हातारी बाई नुकत्याच बडवलेल्या व्हंड्या घोंगड्यावर पसरीत होती. आम्ही आत शिरून सोप्यावर चढताच म्हातारीने डोळे बारीक करून विचारले, "कोन हाये?"

खांद्यावरची बंदूक काढून ती धोतराने पुशीत नामा म्हणाला, "मी नाईक तळवड्याचा!"

म्हातारीने माझ्याकडेही पाहिले. रामोशी सोबत घेऊन कोणीतरी साहेब आला आहे असे वाटून तिने जास्ती चौकशी केली नाही.

"भिजला व्हय झिरंगटानं?"

"न्हाई, लई काय भिजलू न्हाई खरं, पर लवकर आडुसा घावत नव्हता, तर मातूर पाक भिजत हुतो."

"व्हय रं बाबा. वलं धान घरी आलंय आन् या बाबाला लहर आलीया. वाळून देतोय का, बघ. बसा आता घडीभर. घोंगडं दे गं भायेर!"

म्हातारीच्या हाकेसरशी एक तरुण बाई दारात आली. आमच्याकडे पाहताच तिने तोंडावर पदर ओढून घेतला आणि खालच्या नजरेनेच, धान्याच्या कणगीच्या काठावर लोंबकळणारे जाड घोंगडे ओढून ते आमच्यापुढे टाकले. नामाने ते झाडले; दिडके करून भिंतीला लागून अंथरले. जोत्यावर बसून मी पायांतले बूट काढले, मोजे काढले, भिंतीला टेकून घोंगड्यावर बसलो आणि पाय पसरून अवघडलेली बोटे हलवीत मागे चौकटीकडे पाहिले.

चौकट काही मोकळी नव्हती; घराची मालकीण चित्रासारखी तिच्यात उभी

होती. तिचा पदराआड झालेला चेहरा मला दिसला नाही. पण तिने माझा चेहरा पाहिला असावा. धीटपणे ती बोलली, ''पयलं मी वळखलंच न्हाई. म्हनलं, कामदार दिसत्यात कुनी!''

घराची मालकीण लवचिक आवाजात हे कुणाला उद्देशून बोलली? मला की, म्हातारीला?

धान्य पसरता पसरता म्हातारीने वळून विचारले, ''कामदार नव्हंत, तर कोन गं?''

''कुरकळणी नव्हंती का आमच्या गावचं.''

''कोन सखाराम?''

''नव्हं! हे पुन्याला असत्यात ते.''

''माजी काय वळखच न्हाई, रं बाबा.''

''तुमी कशाला बघायला जाताय? ह्यंच्या वाड्यामागंच आमचं घर हाय.''

मग मात्र म्हातारीला थोडासा अंदाज आला. मी कुणाचा मुलगा हे तिच्या ध्यानी आलं.

''व्हय गं व्हय! बग बाई म्या म्हनतेय, कोन फोजदार का डागदारच आलाय. काय करावं या कहाराला! आन् हिकडं कसं आला?''

नामा म्हणाला, ''हवा खायाला म्हनून भाईर पडलं. नादानं लांब आलो. झिरंगाट आलं, तवा म्हनलं, चला आता वाडीत आडुशाला.''

''अगं बया, आता आमच्यात काय च्या न्हाई फ्या न्हाई. हुरडा तरी भाज म्हनं गं उलीसा!''

चौकटीतील बाई आणि म्हातारी दोघीही आत गेल्या. मी कावराबावरा झालो. तरतरीत नाक, मोठमोठे डोळे आणि गोराभुरा रंग असलेली ही बाई ओळखीची वाटली; पण नाव आठवेना. आमच्या वाड्यामागे काय एकच घर आहे? अनेक घरं आहेत, त्यात अनेक बायका आहेत. अलीकडे येणे-जाणे नाही, कायम राहणे तर नाहीच नाही. मग ओळख पटावी कशी?

''नामा, मला काही ओळख पटली नाही!''

''आपल्या वाड्यामागची लोभा नव्हं का? हितं शेमराव इभुत्यांच्यात दिलीय.''

अरे, ही ती घरापाठीमागची लोभा का?

किती वर्षे झाली! लहानपणी मी हिच्याबरोबर खेळलोय. लोहाराच्या मोठ्या निंबाखाली आम्ही गाभोळ्या निंबोण्या वेचीत असू, कावळ्याप्रमाणे त्या आवडीने खात असू, त्या कडवटगोड निंबोण्यांची चव जीभ कधीच विसरली आहे. झाडाखाली पिवळ्याधमक अशा लवचिक काड्यांचा सडा पडे. त्या काड्या वेचून त्यांची

वळलेली, वळी आम्ही अंगठ्यांसारखी एकमेकांच्या बोटांत घालीत असू; त्या वळ्यांचे शंभर नंबरी सोने केव्हाच काळे पडले होते. झाडाखाली कावळ्यांनी गर खाऊन टाकलेल्या बियांचा सडा पडलेला असे. ते भांडवल जमा करून आम्ही व्यापार करीत असू. तो व्यापारही कधीच बुडाला होता.

सगळे अंधूक-अंधूक आठवते. निंबाच्या मोहराचा धुंद वास फार दुरून येतो आहे!

चड्डी-अंगरखा घालून मी शाळेत बसू लागलो, तेव्हा लोभा फडका-पोलका नेसून शेरडांमागे जाऊ लागली. शाळा सुटली की, अंगरख्याच्या खिशात शेंगा भरून मी घरापाठीमागच्या बुटक्या भिंतीवर चढून बसत असे. मावळत्या उन्हाला बसून रानातून परत येणारी माणसे, गुरेढोरे पाहत असे. मी शेंगा फोडून टरफले फेकत, मोठमोठ्याने कविता म्हणत बसलो असताना जोगावलेली शेरडे घेऊन लोभा रानातून परत येई. मला आता शाळासोबती मिळाले होते. पोरीत खेळण्याची मला लाज वाटे. शेरडे खुंट्यांना बांधून झाल्यावर आपल्या छपराच्या दारात उभी राहून लोभा म्हणे, ''ये की खेळायला!''

''अंहं, मी नाही येत!''

''का?''

''आम्ही नाही बायकांत खेळत.''

माझ्या या तुटकपणामुळे लोभा हिरमुष्टी होई. दारातून ती आत जाई आणि अंगणातल्या तुळशीकट्ट्यावर बसून परकराच्या खोच्यात ठेवलेली चिट्टीबोरे खाऊ लागे. मिटक्या मारीत आणि डोळ्यांची उघडझाप करीत. तिला बोरे खाताना बघून माझ्या तोंडाला पाणी सुटे. भिंतीवरून खाली सोडलेले पाय हलवीत मी विचारी, 'सुताराच्या तालीतली बोर पिकलीय का?'

तोंडातली अठोळी गालात घेऊन लोभा कपाळावरचे केस मागे सारीत म्हणे, ''व्हय.''

''आणि पाटलाच्या मळ्यातली?''

''ततली बी.''

सगळीकडची बोरे पिकलेली असत आणि मला काही त्याचा पत्ता नसे. मी आपला रोज शाळेतून आल्यावर भुईमुगाच्या शेंगा, मीठ लावलेले भाजके हरभरे, पांढरे तीळ असलेच काहीबाही खात बसे आणि लोभा परकराच्या खोच्यातून आणलेली पिकली बोरे खाऊन अठोळ्या माझ्या पुढ्यात फेकी. ते पाहून माझ्या घशाला तोटरे बसत.

मी म्हणे, ''आता या शनिवारी शाळा सुटली की बोराला जाणार!''

सबंध खोचा उलगडून त्यातली मोठी बोरे वेचीत लोभा म्हणाली, ''मी रोज

जाते शेरडं घेऊन. चल माझ्यासंगं.''

मग मला काही राहवत नसे. आवरलेले मन एकदम मोकाट होई.

बळेच मागणीला मोबदल्याचे स्वरूप देऊन मी म्हणे, ''आता मला बोरं देशील तर तुझ्याबरोबर येईन. नाही तर मी एकटा जाईन.''

लोभाला माझ्या सोबतीचा मोह सोडवत नसे. खोचा सावरीत ती पुढे येई. भिंतीपाशी येऊन बोरांची मूठ टाचा उंचावून माझ्याकडे करी. मी भिंतीवरून तोल सांभाळीत खाली वाके आणि लोभाच्या मऊसूत तांबूस तळव्यातील गोल चिट्टीबोरे उचलून घेई.

– अंधूक का, सारे कसे स्पष्ट आठवते. चिट्टीबोरांची आंबटगोड चव जिभेवर अद्याप आहे!

फडका-पोलक्यांतून लोभा फार लवकर साडी-चोळीत आली. शाळा चुकवून कधी-कधी मी तिच्याबरोबर शेरडांमागे जाई. शेरडे बांधाला चरणी लावून आम्ही दोघे शेंदाडाचे, शेंदणीचे वेल हुडकीत हिंडत असू. फार हुडकाहुडकी केल्यावर गोड वासाने घमघमणारे शेंदाड हाताला लागे. गंमत अशी की, वेलाखाली लपलेले शेंदाड माझ्या अगोदर लोभाला दिसे. खरे तर आधी पाहिले म्हणून ते तिचे एकटीचे व्हायला पाहिजे. पण लोभा वाटणी करी. अर्धे शेंदाड मला देई आणि अर्धे आपण घेई. बोरांची झुडुपे जास्ती कुठे आहेत, कुठली बोरे हिरवी आहेत आणि कुठली पिकली आहेत, याची बातमी लोभाला नेमकी असे. बोरीवरची बोरे मी चिपाडाने झोडपीत असे आणि लोभा ती ओटीत वेचीत असे.

बरीच बोरे ओटीत जमली म्हणजे लोभा म्हणे, ''वटा भरला माजा. आता वाटणी करू या, बाबा.''

''थांब, पुष्कळ आहेत अजून!''

ओटा भरला, म्हणून माझा हात काही थांबत नसे. मी आपला बोर झोडपतच राही आणि लोभा ओरडतच राही, ''पुरे आता. हिरवीकच्ची कशाला झोडपतोस? बास कर आता. सगळा पालाच खाली पडतोय.''

मग बांधावर पाय पसरून बसून आम्ही मिळाल्या मिळकतीची वाटणी करीत असू. माझे चड्डीचे दोन्ही खिसे बोरांनी जड होत.

दिवस कलू लागला की, शेरडे पुढे घालून आम्ही घराकडे यायला निघत असू. वाट ओसरावी, म्हणून आम्ही बोरे खात-खात येत असू. येता-येता माझे दोन्ही खिसे फार झपाट्याने संपत आणि लोभाचा वाटा तसाच राही.

मग आंबल्या दातांनी मी लोभाशी गोडगोड बोले, ''लोभा, मला दे की गं

तुझ्यातली थोडी बोरं!''

"बघ बाबा, तू आपली खाऊन टाकतोस, आन् मग आम्हाला मागत बसतोस.''

पण लोभाने नकार दिला तरी माझे मागणे बंद होत नसे. दहा पावले गेलो की मी पुन्हा म्हणे, "दे की, गं.''

चालता चालता थांबून लोभा रुष्ट चेहरा करून म्हणे, "बघ, अशानं मी पुन्ना कधी न्हाई यायची तुझ्यासंगं बोराला.''

"बरं, न्हाऊ दे.''

आणखी दहा पावले गेल्यावर माझ्या तोंडून आपोआप शब्द येत, "जास्ती नाही, फक्त दहा बोरं दे, लोभा.''

"मी न्हाई जा.''

"उसनी दे. फक्त दहा बोरं जर आज उसनी दिलीस, तर पुढच्या खेपेला मी तुला पंधरा देईन.''

यावर लोभाचा नाइलाज होई. माझ्यापुढे उभी राहून ती ओटा उघडी आणि म्हणे, "घे.''

मी प्रामाणिकपणे दहा शेलकी बोरे निवडून घेई. लोभा बजावी, "आता तुझ्याकडे पाच शेंदण्या, एक कवठ अन् दहा बोरं झाली हां!''

"हो, हो, आहे माझ्या ध्यानात.''

हे कर्ज फेडण्यात माझ्याकडून नेहमीच हयगय होई. फार दिवस गेले की, लोभाचा हिशेबही तिच्या ध्यानातून जाई आणि मुद्दलाची फेड न करता केवळ व्याज भागवून मी पुन्हा कर्ज उचलीत असे. पण म्हणून कधी लोभा कर्ज देता राहिली नाही. तिच्या आईने लेकीसाठी बाजाराहून आणलेल्या खारकेपैकी अर्धी खारीकसुद्धा चिमणीच्या दातांनी फोडून ती मला देई.

हे असले उसने मी कसे बरे फेडणार?

तव्यात भाजलेला आणि मिठाने खारवलेला ज्वंडीचा हुरडा दोन पितळ्यांत घालून लोभा बाहेर आली. पितळ्या आमच्यापुढे ठेवून खांबाच्या आड उभी राहिली.

खालच्या मानेने बोलली, "कधी आला?''

ती माझ्याकडे पाहत नव्हती. मीही तिच्याकडे पाहत नव्हतो.

"झाले पंधराएक दिवस.''

"आनखी मुक्काम हाय का?''

"नाही, येत्या सोमवारी जाणार.''

इथे मान उचलून तिने माझ्याकडे पाहिले. दृष्टभेट झाली. लोभाचे डोळे भलतेच काही बोलून गेले. मी आपला खाली-वर बघत हुर्ड्याचे घास तोंडात टाकीत होतो.

तिने एवढे विचारले, आपणही काही विचारले पाहिजे असे वाटून मी विचारले, ''गावाकडे कधी आला होता?''

लोभाला काहीतरी झाले होते. खांबाशेजारी ती उभी होती, पण खांबासारखी उभी नव्हती. मध्येच ती दिडक्या पायावर उभी होत होती आणि पाण्याची कळशी घेताना कमर निघावी तशी कमर निघत होती. मध्येच तिचा एक हात खांबाला लागून इतका उंच होत होता की, तिच्या खणाच्या चोळीला लावलेली ठुशी नजरेत भरत होती. पदर आवरायचा चाळा तर सारखाच चालू होता. हातातली काकणे सारखी बोलत होती.

माझ्या प्रश्नाचे उत्तर म्हणून लोभा म्हणाली, ''पयली दरसाली पंचमीला जात होते. आता घरकामातनं बनत न्हाई. आन् मायाबी कमी झाली मानसांची. आई-बा तरी आता आवर्जून कधी बोलिवत्यात सणासुदीला?''

म्हातारी मध्येच म्हणाली, ''पानी आनून दे की त्यास्नी. तांब्या चांगला निर्मळ धुऊन आन. फळीवर पेला हाय बग.''

लोभा आत गेली.

लोभाचे लग्न नेमके कधी झाले, तिने गाव कधी सोडले हे नेमके आठवत नव्हते. पण लोभा दिसेनाशी झाल्यावर माझे भिंतीवर पाय सोडून बसणे कमी झाले. प्राथमिक शाळेतील शिक्षण संपवून मी तालुक्याच्या इंग्रजी शाळेत जाऊ लागलो. ओठावर मिसरूड फुटून गालावर मुरुमांचे मोहोळ दिसायचे ते दिसत होते.

त्या दिवसांत परसातल्या भिंतीवर बसलो असताना मी लोभाला पाहिले. आता तिच्या रूपाचे तेज पडत होते. 'सूर्याला म्हणते उगवू नकोस आणि चंद्राला म्हणते मावळू नकोस,' अशी लोभा देखणी दिसत होती. काडाच्या आडोशाआड लोभा न्हाण्यासाठी बसली होती. पाण्याचा हंडा शेजारी घेऊन ती दगडावर बसली होती. पायांतल्या साखळ्यांखाली, तिच्या गोरेपणावर पडलेली सावली पुसून काढीत होती. लोभाची नितळ पाठ आणि पाठीची पन्हळ पाहून माझी छाती खालीवर होऊ लागली. आपल्याला नाहताना कोणी बघते आहे, या गोष्टीची लोभाला कल्पना नव्हती. दुपारच्या उन्हाला बसून ती सुखाने नाहत होती. छातीवरचा पदर खाली टाकून दोन्ही खांद्यांवर पाण्याचे तांबे ओतून घेत होती. ते ओले लावण्य मी चकित मुद्रेने पाहत होतो आणि नेमका त्याच वेळेला एक कावळा माझ्या डोक्याला लागून तरंगत मोठ्याने ओरडला. लोभाने वर पाहिले. मला पाहताच ती कशी गडबडली. काय करावे, हे तिला सुचेना. कदंबवृक्षावर वस्त्रे घेऊन बसलेल्या कृष्णाकडे तोंड फिरवून पाण्यात उभ्या राहिलेल्या गोपीसारखी लोभाची अवस्था झाली. मग मात्र मी भिंतीवरून खाली उतरलो. लोभाने पुन्हा नाहणे सुरू केले की, ते अर्धेच ठेवून ती

आत पळाली, कोण जाणे!

भिंतीवर बसण्याचा माझा जुना नाद पुन्हा सुरू झाला. पण अशी फसगत काही वरचेवर घडत नाही. चोळी शिवत बसलेल्या लोभाचे लक्ष माझ्याकडे जायला कावळ्याला खटपट करावी लागली नाही. माझे डोके भिंतीवर निघताच आधीच त्या जागी पाहत असलेल्या लोभाची आणि माझी दृष्टादृष्ट झाली. ती गालात हसली आणि सुईचा आखूड दोरा तिने दाताने तटकन तोडला.

भिंतीवरून खडे फेकत मी विचारले, "केव्हा आलीस लोभा?"

"आज विचारताय व्हय? येऊन जुनी झाल्ये की मी!"

"कसं काय चाललंय?"

"बरंच हाय, म्हनायचं!"

"पंचमीला आलीस?"

"होय."

"पंचमी करून लगीच जाणार का?"

"लगीच कशी जाईन? आल्यासारखी चार-आठ दिवस राहीन की!"

"मग बरं आहे."

"तुमची हतली शाळा झाली जणू?"

"हो, मी आता तालुक्याच्या इंग्रजी शाळेत आहे."

"मग आज इथं बरं?"

"शाळा बुडवली मी आज!"

माझ्या भिंतीवर बसायला सुमारच राहिला नाही. इकडून-तिकडून येऊन मी भिंतीवर बसू लागलो. शिवताना, टिपताना, निवडताना, पाखडताना लोभा मला दिसू लागली. तिच्या अनेक वेगवेगळ्या आकृती मी मनावर चितारून घेत होतो. तिच्या चोळीचा गर्द हिरवा रंग आणि तिच्या साडीचा धम्मक पिवळा रंग, तिच्या अंगाचा ओल्या हळदीच्या गाभ्यासारखा रंग आणि तिच्या केसांचा निळा-काळा रंग, बांगड्यांचा रंग आणि सरीचा रंग. हे सगळे रंग इंद्रधनुष्यासारखे माझ्या मनाला आल्हाद देत होते. मी भलताच नादावून गेलो होतो.

पुढे अमावास्या आली. पंचमीचा सण पाच दिवसांवर आला. न्हाऊनधुऊन, रंगीबेरंगी साड्या नेसून मुली दिवे धुण्यासाठी ओढ्यावर निघाल्या. त्यात लोभा प्रमुख होती. हातात हात घालून आणि कमरेला लाह्यांचे झोळणे खोवून पोरींचा व नव्या बायकांचा जथा गाणी म्हणत ओढ्याकडे निघाला. मीही पाठोपाठ गेलो.

माळावर जाऊन मी चार-पाच मोठे धोंडे उलटले. एका धोंड्याखाली बसलेला विंचू दगडाचा आडोसा काढून घेताच नांगी वर करून तरातरा पळू लागला. लहान काटकीने मी त्याला जागच्या जागी डांबले. काटकीवर पाय ठेवून मोकळ्या हातांनी दोऱ्याला पोकळ गाठ दिली आणि विंचवाने वर केलेल्या नांगीत ती गाठ अडकावून टाकली. विंचू घेऊन मी पोरींच्या जथ्याकडे आलो. लहान पोरांनी विंचवांच्या माळा केल्या होत्या. पोरींना विंचवाची भीती दाखवून ते लाह्या उकळीत होते. दोऱ्याला बांधलेला विंचू नाचवीत मी लोभाकडे गेलो.

"लोभा, लाह्या दे."

विंचू पुढे करीत मी भेडसावू लागलो तशी लोभा 'बया गं, बया गं', करीत बाकीच्या बायकांत दडू लागली आणि मी सारखा तिच्या अंगाच्या दिशेने विंचू उडवीत राहिलो. लोभा जसजशी घाबरी होत होती, अंगाचा संकोच करीत होती. लचकत मुरडत होती, तसतसा मला जास्ती चेव येत होता. आपल्या सख्यांच्या आड दडून लोभा चीत्कारत होती. आपल्यापेक्षा वडील मुलींशी झोंबत होती आणि सारखी माझ्यावर ओरडत होती, "गप की, रं! गपा की, वं!"

मग इतर बायका रुष्ट होऊन तिला म्हणाल्या, "तुला बी त्येच पायजे बग, लोभे. दे की, मूठभर लाह्या तेस्नी अन् हो मोकळी!"

मग लोभाने कमरेच्या झोकण्यातल्या मूठभर लाह्या मला दिल्या आणि डोळे एवढाले मोठे करून म्हटले, "शोभलं का तुमाला हे? लहान हाय व्हय तुमी आता पोरीस्नी भ्या दाखवायला? तुमच्या शिणंचा एक पोरगा हाय का हितं?"

यावर इतर पोरी तोंडाला पदर लावून हसल्या. त्यांचे ते कुत्सित असे फिदीफिदी हसणे पाहून मी संतापून गेलो. मुठीतल्या लाह्या फेकून दिल्या. विंचू टाचेखाली रगडला. रागाने तांबडालाल होऊन मी घरी आलो. झक मारते ती लोभा आणि तिच्या त्या भिक्कार लाह्या. विचारतो कोण!

पंचमीच्या आदल्या दिवशी लोभा वाजत-गाजत शिरळोबाला गेली. पंचमीच्या दिवशी तिच्या दारात मुली खेळल्या. लोहाराच्या निंबाला झोपाळा बांधून त्यांनी झोके घेतले. लोभाच्या दारात फेर धरून गाणी म्हटली. मी घरातून ऐकत होतो. लोभाचा गोड आवाज, आभाळात पाखरू फिरावं तसा फिरत होता :

'इंग्रज सायेबानं कळ काई केली, बिनबैलाची गाडी चालिवली –'

लोभा सांगत होती. बायका म्हणत होत्या. मी ऐकत होतो. पण मी भिंतीवर चढलो नाही. लोभाला पाहिली नाही. चार पोरींदेखत लोभाने माझा अपमान केला होता. मी काय गड्याएवढा गडी झालो होतो? लोभासारखे माझे काय लग्न झाले होते? पंधरा संपून सोळावे वर्ष लागलेल्या मुलाने हूडपणा करायचा नाही, तर काय पोक्त माणसासारखे लांबोडका चेहरा करून दुसऱ्याला उपदेशाच्या गोष्टी सांगायच्या?

म्हणे, तुम्ही काय लहान का? मग? मी काय फार मोठा होतो? कालपरवा तर ही चिमणदाताने फोडलेली खारीक मला देत होती....

पंचमी होऊन गेली. गाणी थांबली. खेळ थांबले. झोपाळे सोडले गेले. दुपारी मी एकटाच घरी बसलो होतो, तेव्हा मागून हाक आली, "काकी, अवं काकी!"

मी लोभाचा आवाज ओळखला. तडाख्याने उठून भिंतीवर गेलो. झोपडीच्या दारात हाका मारणाऱ्या लोभावर गुरकावलो, "मघाच आई तुझ्या दारावरून पाण्याला गेली, ते दिसलं नाही का?"

गालात हसत लोभा पुढे आली. गालात हसत, साखळ्यांचा भार तोलत आली आणि ओटीतून ओंजळभर लाह्या पुढे करीत म्हणाली, "घ्या लाह्या."

लाह्या हाताला याव्यात म्हणून आता मला वाकावे लागणार नव्हते; लोभा चांगली उंच झाली होती. तिचे तोंड माझ्या छातीपाशी आले, तेव्हा मला सूक्ष्म असा गंध आला. फुलांचा येतो, तसा नव्हे; तर ज्वारीच्या दाणा भरलेल्या कणसाला येतो, तसला! मी बळेच म्हणालो, "नकोत आम्हाला तुझ्या लाह्या. आमच्या घरात पुष्कळ आहेत."

तेव्हा डोळ्यांत लटका राग आणून लोभा खाजगी आवाजात बोलली, "घ्या गप."

"मी नाही घेणार!"

"मग मागिंदी बोरं वं कशी घेत होता?"

"तेव्हा मी लहान होतो; आता मोठा झालो ना!"

लोभाने तिरप्या नजरेने माझ्याकडे पाहिले. मानेला झटका दिला आणि म्हटले, "चुकी झाली माझी. घ्या आता."

माझा राग खरे तर वितळून गेला होता, पण आता हार कशी घ्यायची?

"मुद्दाम घरी बोलावून तू मला लाह्या दिल्या पाहिजेस. तर मी घेईन!"

"बरं, या खाली. घरी बसून खा म्हणं."

मग मी भिंतीवरून खाली उतरून लोभाच्या पाठोपाठ तिच्या घरात शिरलो. अंधाऱ्या पाळीत जाऊन चोरासारखा बसलो. लोभाने भाजके हरभरे मिसळून लाह्याचे ताट माझ्यापुढे ठेवले. बांगड्यांनी गजबजलेला तिचा गोरा हात पुढे येताच मी तो गपकन धरला. मला असे वाटले की, मी चंद्रज्योतीला काडीच लावली. ओणव्यानेच लोभाने थेट माझ्या डोळ्यांत पाहिले. त्यासरशी मी हात सोडून दिला. बाजूला होत लोभा म्हणाली, "आज केलंत तेवढं केलंत. पुन्हा असं करू नका."

लाह्या तशाच सोडून मी घरी परत आलो. दुसऱ्या दिवशी दुपारपर्यंत मला आईच्या डोळ्याला डोळा देता आला नाही.

लोभाने दिलेल्या गरम हुरड्याचे चार घास मी खाल्ले होते. बराच वेळ झाला होता. समोरचा हुरडा आता निवला होता. नामू म्हणाला, ‘‘बरं मग, उठू या का आता? झिरंगट उघडलंय, तवर गाव जवळ करू या!’’

मी होकार दिला आणि बूट पायांत घातले. उरलेला हुरडा पदरात बांधून घेत नामा म्हातारीला म्हणाला, ‘‘बराय आक्का, द्या आता आमाला परवानगी.’’

लोभा गडबडीनं चौकटीत आली. आभाळाकडे पाहत म्हणाली, ‘‘उघडला का पाऊस?’’

‘‘होय, उघडलाच म्हणायचा.’’

‘‘पुन्ना येईल. त्याचा नेम न्हाई. छत्री देऊ का?’’

नामू म्हणाला, ‘‘द्या, द्या. मी मागारी पोचती करीन.’’

लोभाने छत्री दिली. मी निरोप घेतला, ‘‘बराय, येतो.’’

लोभा बोलली, ‘‘कशाला येताय तुमी पुन्ना? आजच अवचित येणं घडलं म्हणून!’’

आम्ही बाहेर पडलो.

साडेपाच-सहाचा सुमार झाला होता. मावळत्या सूर्याचे पिवळसर ऊन पावसाळी ढगांतून झिरपून बाजरीच्या पोपटी मोडांवर पडले होते. वारा शांत होता. हवेत गारवा होता. पूर्व क्षितिजावर झगझगीत इंद्रधनुष्य उमटले होते.

‘‘नामू, या लोभाला काही मूलबाळ रे?’’

‘‘कुठलं हो पोरबाळ? त्या बाईची मोठी चितरकथाच हाय.’’

‘‘होय?’’

‘‘नवरा नांदवतच नाही तिला!’’

‘‘हां?’’

‘‘ह्या कलियुगात घडणार न्हाई, अशी गोष्ट हाय बघा. लगीन झाल्यापासून आता या घडीपर्यंत नवराबायकूचा काय मेळ झाल्याला न्हाई!’’

‘‘भलतंच! असं कसं रे होईल?’’

‘‘कुनाला बी गावात इचारा की, मी लबाड का बोलीन? अगदी जाहीर गोष्ट हाय ही. पोराच्या बापानं ह्या पोराला बडिवलंयसुद्धा. पर पोरगा काय बायकोशी शब्द बोलायला तयार न्हाई. मग म्होरची भाषा हुईल कशी?’’

‘‘पण पोराचं म्हणणं काय आहे?’’

‘‘पोरगा इंग्रजी शाळा फास झालाय. ही पोरगी त्या पोराच्या चुलत्याच्या मावळणीची लेक. तिची हाय इष्टेट. इष्टेटीसाठी ही पोरगी घरातल्या घरात ऱ्हावी म्हणून केली. पोराला पसंत न्हाई. पर तसं म्हनावं, तर पोराला भायरचा नाद बी न्हाई. पोराकडंच दोष हाय बघा. ह्यात पोरीची ज्वानी पाक वाया चाललीय.’’

"हं."

दिवस बुडाला. पार अंधार झाला. चिटचिट झिरंगट येऊ लागले. लोभाची छत्री उघडून नामूने माझ्या माथ्यावर धरली.

"नामू, आता पुन्हा या बाजूला यायचं नाही."

"तसं नका करू. पकुर्ड्या बक्कळ हायेत ह्या बाजूला. आज डाव चुकला, पर उद्या कायम मिळतील."

"ते काही का असेना, पुन्हा या बाजूला येणं नाही."

रामोश्याला काही कळले नाही. पण मी कळूनसवरून बोललो होतो.

■

दीपावली, दिवाळी १९५७

रात्रीचे अकरा वाजून गेले आहेत आणि टेबलाशी उगीच बसून राहिलो आहे. समोरचा टेबललँप जरुरीपुरता उजेड दाखवीत मान वाकवून उभा आहे. कोऱ्या कागदांच्या चळतीवर सोनेरी टोपणाचे पेन गप्प पडून आहे. इंग्रजी पुस्तकांची रांग रेटीत लाकडी हत्ती उभे आहेत. सिगारेटचे पाकीट अद्याप उघडलेले नाही.

समोरच्या उघड्या खिडकीतून गार वारा येतो आहे. रातराणीचा सुगंध येतो आहे. आभाळातला चंद्र वरवर चढतो आहे. सगळीकडे कसे शांत आहे.

कुणीतरी येईल, म्हणून मी वाट पाहत बसलो आहे. ही वेळ थोडीशी आडवेळ आहे. कुणी कुणाला भेटायला यावे, अशी ही वेळ मुळीच नाही. दिवसाचे व्यवहार आटोपून माणसे आता झोपू लागली आहेत. घराघरांची दारे बंद झाली आहेत. कुणी कुणाकडे यावे आणि घटकाभर सुखदु:खाच्या गोष्टी बोलाव्यात अशी ही वेळ नाही; पण मी वाट पाहत बसलो आहे. समोर काढून ठेवलेल्या मनगटी घड्याळाचा सेकंद काटा सावकाश फिरतो आहे. रात्र वाढते आहे. आता अशा अवेळी माझ्याकडे कोण येईल? कोण माझ्याशी बोलेल? मी उगीचच वाट पाहतो आहे. नाही, पण कुणीतरी येईल! या अवेळीच वेळ गाठून कुणीतरी माझ्या घराची पायरी चढेल. माझी खात्री आहे. कारण अनेकदा असे घडलेले आहे. या शांत वेळी माझ्यासमोर बसून अनेकदा अनेकजणांनी आपली मने उघडी केली आहेत. हीच वेळ त्यांना सोयीस्कर वाटली आहे.

कुणाची पावले वाजली?

सत्तर-ऐंशी वर्षांचा एक म्हातारा दारातून आत आला. त्याचा सुरकुतलेला चेहरा गंभीर आहे. पांढऱ्या भुवयांखालचे त्याचे डोळे चमकत आहेत. अंगात गोल अंगरखा, डोक्यावर जरीचा रुमाल, हातात काठी. माझ्याकडे ओळखीच्या नजरेने

६

कोऱ्या कागदांची कहाणी

बघत-बघत म्हातारा पुढे आला. चेहरा माझ्या ओळखीचा वाटतो, पण नाव आठवत नाही.

"बसा, बाबा."

खुर्चीच्या पायाला लागून म्हातारा खालीच बसला. हातातली काठी त्याने कोपऱ्यात उभी करून ठेवली. दोन्ही तळवे जोडून सर्व खोलीभर दृष्टी फिरवली आणि पुन्हा माझ्या तोंडाकडे पाहिले. ओळख पटत नाही त्यामुळे मी गोंधळून गेले आहे. इतका वेळ वाट पाहत होतो. कोणी येईल, मग गप्पागोष्टी होतील म्हणत होतो. आता हा थकिस्त म्हातारा येऊन माझ्या सतरंजीवर बसला आहे; पण मला काही ओळख पटलेली नाही. त्याच्या डोळ्याला डोळा देण्याचे धाडस मला होत नाही. मी कसनुसे हसतो आहे.

मग हळू आवाजात म्हाताऱ्यानेच विचारले, "न्हाई ओळख पटत? फार दिवस झालं तुला बगून. हे एवढा होतास!"

मला फार ओशाळल्यासारखे झाले होते, आणि तरीही मला काही आठवत नव्हतं.

थोडेसे पुढे झुकून माझ्या तोंडाकडे पाहत म्हातारा पुन्हा म्हणाला, "न्हाई! अरं, मी आन्ना कासार नव्हं का?"

"अण्णा कासार? गमत्या अण्णा?"

सुरकुतल्या गालात थोडके हसून म्हातारा म्हणाला, "अगदीच इसरला न्हाईस रे पोरा. वळख ठेवली आहेस, बरं का!"

मग मला भराभर सगळे आठवले. हा अण्णा कासार सगळ्या गावात गमत्या म्हणून ओळखला जाई. आपण न हसता सगळ्या गावाला हसविण्याचे कसब त्याच्यापाशी होते. चार माणसांत बसला की, गंभीरपणाने तो म्हणायचा, "माजा स्वभाव जन्मताच गमत्या आहे. हां, आपल्याला रडवं तोंड खपतच नाही. जन्माला आल्या आल्या मी सुईणीला डोळा मारला!"

इथे अण्णा डोळा मारून दाखवायचा. लोक हसायचे.

"आन् मग रे अण्णा?"

"मग काय? सुईणीनं लाजून मुरका मारला. गालातल्या गालात हसू लागली. म्हणाली, 'कसलं गं, बया हे पोर?' त्यासरशी मीसुद्धा मुरका मारला आन् जन्मलेल्या सगळ्या बाया हसून-हसून मेल्या."

यावर कुणीतरी हळूच विचारी, "बरं गा अण्णा, तुला आठवतंय हे लहानपनचं?"

चेहऱ्याची सुरकुती न मोडता अण्णा म्हणे, "थोडं-थोडं आठवतं जन्मवेळचं; पण बारशापुढचं म्हणाल, तर सगळं सांगीन. जन्माच्या अगुदर मात्र काही तर काही

कळत नव्हतं. मात्र कुणी येड्या म्हणून हाक मारली तर 'ओ' म्हणायचो!''

तो हा अण्णा कासार माझ्यापुढे येऊन बसला होता आणि मी त्याला पाहिल्याबरोबर ओळखू नये? असले गमत्ये लोक फार कमी असतात. सगळ्या गावचे हसू म्हणजे अण्णा कासार. कुठलाही, कसलाही गंभीर प्रसंग असू द्या. इतरांची तोंडे उतरून जाऊ द्यात, अण्णा तिथे आला की, काम व्हायचेच. न सुटणारी गाठ सुटायचीच आणि तीही हसतखेळत. भांडण नाही, तंटा नाही, आरडाओरड नाही; काहीनाही. सगळे आपले गमतीत व्हायचे.

अण्णाने म्हणे, एकदा लग्न जमवले. (आपले नव्हे. तो शेवटपर्यंत एकटाच राहिला.) वाटाघाटी करायला बसलेल्या मंडळींनी विचारले, ''मग देण्याघेण्याचे कसं काय? तिकडे नवऱ्या मुलाचं काय, हिकडचं नवरीचं काय?''

अण्णा म्हणाला, ''हिकडं बोलायचं न्हाई आन् तिकडं चालायचं न्हाई! ती काही भानगडच नाही. अक्षता टाकायच्या आन् मोकळं व्हायचं.''

झाले! अक्षता टाकून लग्न लागले आणि मग लोकांच्या ध्यानात आले की, मुलगी मुकी आहे आणि नवरा लंगडा आहे. सगळीकडे गोंधळ झाला. रडारड सुरू झाली. अण्णाच्या नावाने हळद निघाली.

''अण्णा, हे काय केलं?''

''काय वाईट झालं? ह्याला तरी बायको चांगली कुठली मिळाली असती आन् हिला तरी नवरा धडधाकट कुठं मिळाला असता? बरं झालं लेकानू! बायांची तोंडं वाईट, त्या मुक्याच असाव्यात! आन् नवरं रात्री-अपरात्री भायेर हिंडत्यात, ते लंगडं असलेलं उत्तम!''

असा गमत्या हा अण्णा कासार, एकदा बाजाराला म्हणून आपल्या घोड्यावर बसून आठ कोसांवरच्या बाजाराला गेला. दिवस पावसाळ्याचे होते. संध्याकाळी बाजार उरकून अण्णा परत निघाला आणि रात्री गावात आले, ते त्याचे रिकामे घोडे! त्याच्यावर खोगीर होते, हशब्या होत्या, तोंडात लगाम होता. फक्त पाठीवर अण्णा नव्हता! रिकामे घोडे घरी आले, तरी लोकांना वाटले की, अण्णाने ही काहीतरी गंमत केली. नेहमीप्रमाणे हाही एक त्याच्या चेष्टेचाच प्रकार आहे, म्हणून लोकांनी तपास केला नाही आणि एक-दोन दिवस गेले, महिना-पंधरा दिवस गेले, वर्ष-सहा महिने गेले. अण्णा गावात परत आलाच नाही. त्याचे काय झाले, ते कुणालाच कळले नाही. कुणी काही तर्क केला, कुणी काही तर्क केला, पण अण्णाचे काही बरे-वाईट झाले आहे आणि तो आता पुन्हा कधीही माघारी येणार नाही, यावर कुणीही विश्वास ठेवला नाही. गावाच्या तोंडावरचे हे हसणे कायमचे मावळले हे

कुणाला पटलेच नाही. चोरापोरांनी मारून घातला म्हणावे, तर काहीतरी तपास लागला असता. काठी, कपडे, जोडा कुठे ना कुठे दिसला असता आणि चोरांना अण्णा मारू कसा देईल? त्या हरदमख्याली म्हाताऱ्याने चोरांनाच गोड-गोड बोलून लुटले असते. छे, छे, अण्णा असा मरणे शक्यच नव्हते. ओढ्यातून वाहून गेला म्हणावे, तर घोड्याच्या पाठीवरच्या हशबीतला गूळ तसाच शाबूत होता आणि वाहून गेलेला माणूस कुठेतरी लागला पाहिजे ना! आसपासच्या पाच-पंचवीस खेड्यांत अण्णा प्रसिद्ध होता. बरे, तो उत्तम पोहणारा होता. मग? त्याचे झाले काय? काही नाही, ही त्याने गंमतच केली!

त्या गोष्टीला दहा-वीस वर्षे लोटली आहेत आणि सुपलीतले लोक अद्याप म्हणत आहेत, "अण्णाने गंमत केली. तो आज ना उद्या गावात हजर झाल्याशिवाय राहणार नाही!"

नीट मांडी घालून म्हातारा बसला होता आणि सुपारी कातरीत होता. माझ्याकडे बघून त्याने म्हटले, "मग काही जमतंय का आमचं?"

मी काही क्षण गप्प बसलो आणि मग खाली मान घालून म्हणालो, "अण्णा, तुम्ही फार गमत्ये होता, हे मी ऐकलं आहे. पण गंमत म्हणजे तुम्ही नक्की काय करीत असाल, याचा बोध मला होत नाही. उभ्या गावाला खुदुखुदु हसवीत तुम्ही कसे सगळ्यांना प्रिय झाला, याचा खुलासा मला करता येत नाही, तोपर्यंत तुमचा मला उपयोग नाही!"

तोंडातला तंबाखूचा रस संभाळीत अण्णा म्हणाले, "माझ्यासारखा शेवट कुणाच्या भाग्यात आहे? मी जाऊन इतकी वर्सं झाली, तरी मी अजून मेलो नाही. गावाला तसं वाटत नाही. मी माघारी येईन, म्हणून लोक अजून वाट बघताहेत!"

"अण्णा, तुमचा शेवट विलक्षण आहे. त्यानं मनाला चटका लागतो. १९४२च्या ऑगस्टच्या चळवळीत नाहीसा झालेला तो दत्ताराम जसा चटका लावतो, तसे तुम्हीही लावता...."

यावर म्हातारा बसल्या बसल्याच पुढे सरकला आणि डोळे मिटून हनुवटी उडवीत म्हणाला, "मग मी नको का म्हणतो?"

"दत्तारामाचं सगळं मला समजलं. तो कसा मऊ, भित्रा होता; त्याबद्दल त्याची आई त्याला कशी बोलायची; मुलगा धीट व्हावा म्हणून मग तिने त्याला कसा दूर ढकलला आणि त्या चिडीने तो कसा नाहीसा झाला, हे सगळे मला सांगता आले. अण्णा, तुमच्याबद्दल मला काही सांगता येणार नाही!"

"गमती नाहीत सांगता येणार तुला? काय तरीच बोलणं!"

मी मनापासून म्हणालो, "नाही अण्णा, मला विनोद जमत नाही!"

पानतंबाखूची चंची गोल अंगरख्याच्या खिशात ठेवीत म्हातारा पुढे वाकला. एक हात भुईवर टेकून त्याने विचारले, "हे खरं सांगतोस लेकरा?"

माझा गळा भरून आला होता. या अश्राप जिवाला नकार देताना मला वाईट वाटत होते.

मी म्हणालो, "गळ्याशपथ अण्णा!"

"सुटली! अरे, न्हाई जमत तर न्हाऊ दे! माझा काय आग्रेव न्हाई!"

मग काही वेळ कोणीच काही बोलले नाही. खिडकीतला चंद्र नाहीसा झाला होता. रातकिडे ओरडत होते. दूर कुठे बेडक्या ओरडत होत्या.

धोतर गोळा करून उठत अण्णा कासाराने विचारले, "मी जाऊ मग?"

मी हो म्हणालो नाही, पण म्हाताऱ्याने ओळखायचे ते ओळखले. कोपऱ्यातील काठी घेऊन त्याने तोंड फिरविले आणि तो माझ्या दाराबाहेर पडला.

त्याची पावले मला कितीतरी वेळ ऐकू येत होती. म्हातारा अण्णा कासार आला आणि निघून गेला. त्याच्यासाठी मी काही करू शकलो नाही. इच्छा असूनही काही करू शकलो नाही.

पुष्कळ वेळा असे होते! चांगली-चांगली माणसे, पण त्यांना नाराज करावे लागते. आपला अगदी नाइलाज होतो. ती बापडी आपल्या दारी रोज हेलपाटे घालीत असतात. मुक्याने आपल्या उंबऱ्यात बसून राहतात आणि आपल्याला काही करताच येत नाही.

मी मागे वळून पाहिले. अण्णा कासाराचा सोटा मघाशी उभा होता, तिथे मुका राघू कधीचा येऊन उभा राहिला होता. तो धष्टपुष्ट आणि ताडमाड पुरुष छातीवर हाताची घडी घालून उभा होता. हा आज असा पहिल्याप्रथम आला होता असे नव्हते. आजपर्यंत त्याच्या कितीतरी खेपा झाल्या होत्या. मी टेबलाशी बसलो असताना असा कितीदा तरी तो कोपऱ्यात उभा राहिला होता आणि प्रत्येक वेळी माझ्यावर रागावून निघून गेला होता.

मी विचारले, "काय रघुवीर, कसे काय?"

राघूच्या तोंडून कसेतरी शब्द बाहेर आले, "ठीक आहे."

– आणि त्याने ओठांचा चंबू केला, आढ्याकडे बघितले. बोलून झाल्यावरसुद्धा त्याच्या गळ्याचे, तोंडाचे स्नायू काही वेळ हालचाल करीत राहिले. राघूला बोलायला फार कष्ट पडतात. मुक्या माणसासारखी धडपड करावी लागते. म्हणून तो सहसा बोलत नाही. बोलण्याचे काम त्याचे डोळे करीत असतात. ती भाषा मला समजते.

या माणसाची मोठी चितरकथा झालेली आहे. याच्या तरुणपणी याने फार मोठी झेप घेतली. सारंगपूर संस्थानच्या राजकन्येवर याने प्रेम केले आणि व्हायचे तेच झाले. प्रेमभंगाच्या घावाने याचे दोन्हीही पंख तुटले आणि अनेक वर्षे हा जटायू तडफडतो आहे.

उत्तम टेनिस खेळणाऱ्या या पुरुषाबरोबर नीलाराजे चार-दोन मऊ शब्द बोलल्या त्यांच्या डोळ्यांची फुलपाखरे कधी एकदा याच्या तोंडासमोरून जोडीने झुलत गेली आणि राजधानीच्या गावी शिकायला गेलेले हे गरीब भटाचे पोर पार वेडे झाले. जमिनीवर उभ्या राहिलेल्या या पोराला तो चांद हाती लागला असे वाटले न वाटले, तोवरच ते खोटे आहे, हेही कळले. एका सुरेख सायंकाळी, खास राजघराण्यातील मंडळींच्या विहारासाठी केलेल्या बागेत त्याला या सत्यातील खोटेपणा कळून आला.

मोर ओरडत होते, सुगंधाचा दर्जा उसळला होता, तळ्यात कमळे मिटू लागली होती आणि अशा वेळी राघूने म्हणू नये ते म्हटले. राजकन्येपासून दोन हात दूर बसलेला राघू तळ्यातल्या निळ्या पाण्याकडे पाहत म्हणाला, "तुम्ही माझ्याशी लग्न कराल का?''

हा धीट प्रश्न ऐकून ती राजस बाळी चकित झाली! हे पोर शुद्धीत आहे का, अशी शंका तिला आली. ती लज्जेने, संतापाने गुलमोहोराच्या डहाळीसारखी लाल झाली आणि कसेबसे म्हणाली, "तुम्ही इतके मूर्ख असाल, असं मला वाटलं नव्हतं. पुन्हा वाड्यात येऊ नका.''

– आणि रेशमी साडीची सळसळ आणि अंगाचा गंध मागे ठेवून ती राजाची लेक निघून गेली.

वेड्या राघूने तिच्यासाठी आकांत केला. तो झुरझुर झुरला. राजवाड्याच्या खिडकीकडे पाहत तासन्तास उभा राहू लागला. पण काही उपयोग झाला नाही. राजाच्या लेकीने त्याच्याकडे ढुंकूनही पाहिले नाही.

राघूने शिक्षण सोडले. तो आपल्या गावी आला. पोटापाण्यासाठी एक शिलाईचे दुकान काढून गावात राहू लागला.

आपले काय झाले, हे त्याने कुणालाच सांगितले नाही. आपले हे दुःख त्याने कधीच उघड केले नाही. तो कुणापाशी एक अक्षरही बोलला नाही. हेच काय, त्यानंतर तो कुणापाशी काहीच बोलला नाही. त्याचे तोंड कायमचे बंद झाले.

कुणाला काहीही सांगायचे झाले, तर तो एका पाटीवर लिही. शिलाई किती, कपडे कधी देणार, कापड काळे आहे, ते पांढऱ्या दोऱ्याने शिवू नकोस, असलेच काहीबाही लोक त्याला विचारायचे आणि सांगायचे, हा मग थोडक्यात पाटीवर उत्तरे लिहायचा.

असे पुष्कळ दिवस चालू राहिले. वर्षामागून वर्षे गेली. राघू कुणाशी बोलला नाही. लोक त्याला 'मुका राघू' म्हणून ओळखू लागले. हा अमक्या गोष्टीसाठी मुद्दाम बोलत नाही, ही परिस्थिती हलकेहलके लोक विसरले. तो मुका आहे, त्याला बोलता येत नाही, एवढी एकच गोष्ट लोकांच्या ध्यानात राहिली.

राजाच्या लेकीचे तारुण्य वरचेवर फुलतच गेले. तिच्या स्वरूपाचा, गुणांचा घमघमाट सगळीकडे पसरतच राहिला.

ती सोळा वर्षांची झाली. वीसनंतर चोवीसाची झाली आणि मग स्वरूपाचा उजेड पडावा, अशा एका देखण्या पुरुषाशी तिचे लग्न झाले. चौघडा-सनईचे सूर राघूच्या दुकानापर्यंत पोहोचले.

आणखी दोन वर्षे गेली आणि राजाच्या लेकीला पहिला मुलगा झाला. शिंगाकर्ण्यांचा आवाज, सिंगर मशीनच्या आवाजाला मारून राघूच्या कानी आला.

ही आठ-बारा वर्षे राघूने मुक्याने काढली, हे राजाच्या लेकीला समजले का? असेल किंवा नसेलही!

मग पुढे राघूने उतारवयात लग्न केले. त्याची बायको दहाजणींसारखी होती. तिला दोन-तीन मुलेही झाली. आईने व मुलांनी पुष्कळ प्रयत्न केला तेव्हा राघूने मौन सोडले. अडखळत-अडखळत तो एखाद-दुसरा शब्द बोलू लागला. आल्यागेल्याशीही बोलू लागला. पण बोलण्याचे तो विसरला होता, त्यामुळे आपल्याला काय म्हणायचे आहे, हे त्याला शब्दाने सांगताच येत नसे. त्याचे ओठ मिटलेले राहत, पण गळ्याच्या स्नायूंची हालचाल होई. चार शब्द बोलायचे, तर एखादी कुस्ती मारावी एवढी मेहनत राघूला करावी लागे....

अंधाऱ्या कोपऱ्यात राघू उभा होता. त्याला आता काय सांगायचे? मान वाकडी करून तो माझ्याकडे पाहत होता. बोलत नव्हता, पण त्याचा चेहरा, डोळे म्हणत होते : माझे काहीच होणार नाही का? सगळ्यांच्याच दृष्टीने मी कुचकामी ठरलो. तुमच्याही दृष्टीने तसाच का?

मी म्हणालो, "जोशी, मला तुमची सगळी हकीगत कळली आहे. तुम्ही ज्योतीवर झडप घालून जळून गेलात. पण असं पुष्कळांचं होतं हो!"

आपली पहिलवानासारखी मान हलवीत राघू म्हणाला, "अस्सं!"

"हे नेहमीच घडत असतं."

"पण म्हणून ते टाकाऊ का?"

"नाही, नाही मी टाकाऊ म्हणत नाही. पण मी कितीही प्रयत्न केला तरी तुमची गोष्ट मला नीटपणे सांगता येणार नाही. कारण तुमचं सगळं मला अस्पष्ट जाणवतंय

आणि यातून काही एकसंध असं निर्माण करता येईल असं वाटतच नाही!''

''मग मी पुन्हा तुमच्याकडे येऊन निष्कारण त्रास देऊ नये, असं तुमचं म्हणणं आहे!''

''तसंही मी म्हणणार नाही. मी फक्त माझी अडचण सांगतो आहे. तुम्ही आज कितीतरी वर्षे माझ्याकडे येता, पण मी आजपर्यंत तुमच्यासाठी काही केलं नाही.''

''तुम्ही एक गोष्ट लक्षात ठेवा, माडगूळकरसाहेब! आम्ही येतो, याचा अर्थ भीक मागायला नाही येत. काय समजलं?''

''तुम्ही जास्त बोलू नका. कारण बोलायला तुम्हाला कष्ट पडतात, हे मला ठाऊक आहे. मला सगळं नीट समजलं आहे, असं मी समजतच नाही, जोशी! मला थोडंसं काही समजलं आहे. तुम्ही माझ्याकडे येता, ते भीक मागण्यासाठी नव्हे, याचीही मला चांगली जाणीव आहे. खरं सांगायचं म्हणजे जोशी, हे प्रेम वगैरे मला नीट कळत नाही हो. आज हजारो वर्षं प्रतिभावंतांनी हाताळूनही काळा न पडलेला हा विषय माझ्या हातीच लागत नाही आणि त्यामुळे मी आजपर्यंत तुम्हाला हेलपाटे घालायला लावले. तुम्ही हे असे अंधाऱ्या कोपऱ्यात येऊन उभे राहता, तेव्हा मला अपराध्यासारखं वाटतं.''

केस विस्कटलेले, ठिगळ लावलेला फाटका कोट घातलेले रघुवीर जोशी खिशात हात घालून माझ्याकडे पाहत होते. मिनिटकाटा सावकाश फिरत होता. रात्र चढत होती. रेल्वेलाईनवरल्या तारेवर पिंगळ्याची जोडी बोलत होती.

जोशींच्या गळ्याच्या शिरा फुगल्या. हनुवटी बाहेर काढून ते काळजीपूर्वक बोलू लागले, ''नाहीतर तुमची मर्जी! मी अधिक काही बोलू शकत नाही. मला इतकंच सांगायचं आहे, मी वरचेवर येतो, याचा अर्थ मी लोचट आहे, असा घेऊ नका!''

''नाही, जोशी! तुम्ही विलक्षण मानी आहात, निग्रही आहात, हे सगळं मला नीट ठाऊक आहे. पुष्कळ वेळा मला तुमची भीतीसुद्धा याच कारणासाठी वाटते...''

जोशी एकदम पुढे आले आणि हातवारे करून बोलले, ''पुरे पुरे, मी परत जावं म्हणून माझी स्तुती करण्याचं काही कारण नाही तुम्हाला. मी आजवर इतकी उपेक्षा सोसली आहे की, त्यापुढे ही उपेक्षा काहीच नव्हे. पण मात्र मी उपेक्षितांचा कैवारी आहे अशी पोकळ मिजास मारत जाऊ नका. ढोंग करीत जाऊ नका, समजलं?''

दाणदाण पाय आपटीत जोशी जाऊ लागले.

''हे पाहा, जोशी! अहो....''

पण जोशी नाहीसे झाले.

मी सुन्न मनाने बसून राहिलो. खरोखरच या माणसाला दुखविण्याची माझी इच्छा नव्हती. आजवर मी त्याच्याशी अतिशय हळुवारपणे वागत आलो होतो. त्याला चीड येऊ नये, राग येऊ नये, दुःख होऊ नये, म्हणून बोलताना, वागताना

मी पुष्कळ काळजी घेतली होती. पण आज राघू दुखावला होता.

मी उठलो आणि खोलीत येरझारा घालू लागलो. मी आणि माझी सावली इकडून तिकडे फिरत राहिलो. अण्णा कासार आला आणि असंतुष्ट माघारी गेला, राघू जोशी आला आणि संतापून निघून गेला. ही माणसे का माझ्याकडे येतात? आणखी कुणाकडे का नाहीत जात? मीच एकट्याने काही मक्ता घेतलेला नाही! ज्याच्या-त्याच्यासाठी मी माझ्या रक्ताचे पाणी का करावे?

कोण आहे? कोण आहे ते?

"दादा, मी माळी!"

"माळी? मुंबईचा? म्हणजे सिनेमात एक्स्ट्रॉ म्हणून काम करतोस, तो ना?"

"होय दादा, महाराष्ट्रीय आहे मी!"

"होय बाबा, ते तुझ्या दादा म्हणण्यावरून आणि माळी आडनावावरून कळतंय. पण मी आता सिनेमात नाही. आता माझा काही संबंध नाही स्टुडिओशी."

सहा फूट उंचीचा आणि अडीचशे पौंड वजनाचा माळी नम्रपणे वाकून उभा राहिला होता. हात जोडून म्हणत होता, "दादा, माज्यासाठी कॅरेक्टर लिहा एखादी. हे बगा, तीस वर्सं झाली या धंद्यात हाये. पन अजून डायलाग नाही देत कुणी. शरीर चांगलं हाय म्हणून राक्षसाचा पोशाख देतात आन् मायथालाजिकल पिक्चरमध्ये दरबारात उभं करतात. हिस्टॉरिकलमध्ये तरवार देऊन लढायला सांगतात. पण दादा, डायलागशिवाय कॅरेक्टरला महत्त्व नाही. का हो? तुम्ही लेखकच हाय, सांगा!"

"खरी गोष्ट आहे. माळी, पण सगळ्यांनीच हीरो होऊन कसं भागायचं? कुणी तरी एक्स्ट्रॉत रंगलं पाहिजेच की."

"चेष्टा नका करू दादा माजी. मी काय हीरो करा म्हणत नाही मला. तेवढी आमची लायखी नाही. पण दादा, डायलाग पाहिजे. डायलाग बोलणाराला पाच रुपये दिवस मिळतो आन् आम्हाला दोन. त्यात खायचं काय, ल्याचं काय?"

"कंपनी लंच देते ना माळी?"

"काय दादा, लंच! बारा आणे देतात लंचला. मला पुरत नाहीत हो! देवाशप्पथ सांगतो. अलीकडे चार वर्सं मी उपाशी मरायला लागलोय."

"का रे, कामं मिळत नाहीत का?"

"कशाची कामं? पौराणिक आणि ऐतिहासिक सिनेमा कुठे निघताहेत आता, दादा! गदा हातात घेऊन दरबारात उभं राहायचं काम आम्हाला मिळायचं. ते पौराणिक सिनेमात नव्हं का? हल्ली जिकडंतिकडं सोशलला जोर हाय. दादा,

आमाला कुत्रं इचारत नाही. का? तर सोशल पिक्चरमध्ये एक्स्ट्रॉ घेण्यासारखी फिगर नाही माझी, मायथालाजिकल आहे!''

धंदा नीट न चालणाऱ्या सर्कशीतील हत्तीसारखी माळीची दुर्दशा झाली होती. तो हाडकला होता.

पण हे सगळे किती लहान होते. याचा विस्तार कसा आणि किती करायचा? धंदा बदलला, म्हणून वातावरण बदलले होते इतकेच. एरवी असे माळी सहस्त्रावधी, लक्षावधी नाहीत का? आणि हे कुणाला माहीत नाही?

''माळी, तीस वर्षांत काही मिळवलं नाही का?''

माळी पोट पुढे करून हसला. रात्रीच्या वेळी त्याचे ते राक्षसपार्टी हसणे भयानक वाटले. मी डोळ्याने दबकावले, तोंडावर बोट ठेवून माणसे झोपल्याची खूण केली. तेव्हा तो पुन्हा गंभीर झाला. भिंतीला टेकून उभा राहिला आणि बोलला, ''दादा, या सिनेमाधंद्यात पैका मिळवून गबर झालेला माणूस एक दाखवा मला. पाच-धा वर्सांपुढे हा पैसा मानसाच्या घरात ऱ्हायचाच नाही!''

''का बरं?''

''हाय तोबा का पैसा हा, साब! मानूस पाच आन्याचं धा आन्याचं तिकीट काढून सिनेमा बगतो. दोन तासांनी बाहेर आल्यावर वाटतं, पोराला खायला नेलं असतं, तर बरं झालं असतं. पाच आन्यात पाव-उसळ खाल्ली असती. कशाला रं चंडाळा, सिनेमा बघितलास? आन् दादा, मानूस बगा 'हाय तोबा', 'हाय तोबा' करतं. असला तळतळाटाचा पैका कसा ऱ्हाईल घरात?''

''हे सगळं खरं आहे, माळी. पण तुम्हाला कॅरेक्टर कशी, कोण देणार?''

''ट्रायलवारी द्या, दादा.''

''ट्रायल म्हणून तरी कशी, कोण देणार! स्वतंत्र भूमिका म्हणून तुमचा उपयोग करून घेता येणार नाही. समजा, चित्रपटाचं वातावरण आहे अशी एखादी कादंबरी मी पुढेमागे लिहिली, तर त्यात तुम्हाला मी अवश्य जागा देईन. पण आता काही जमेलसं वाटत नाही.''

''बघा, हां साहेब. ऱ्हाई तर ऐन येळी आमचं नाव तेवढं नेमकं विसराल आन् कॅरेक्टर द्याल, ती डायलाग बोलनारी द्या. मग दोन रुपये डे मिळाला, तरी हरकत नाही. हां, महाराष्ट्रीय कंपनी आपल्या माडगूळकरदादांची म्हणून मी काम करेन. लंचमातूर भरपेट द्या. हां, तेवढं सांभाळा.''

मला आता विषय बदलावासा वाटला. नाहीपेक्षा हा माणूस किती बोलेल, त्याचा सुमार नव्हता. कारण लंच हा त्याचा फार आवडता विषय होता.

''माळी, तुझ्याबरोबर स्टुडिओत दिसायचा, तो जोग कुठाय हल्ली?''

''तो कुबडा म्हातारा? त्येला काय येतंय, दादा! जातीचा बामण हाय,

मंत्र-बिंत्र बडबडतो, म्हणतो म्हणून त्याला तीन रुपये डे मिळतो. आन् काय मानूस काय, दादा, त्यो? घान!''

''का, नीट वागत नाही?''

माळी खाजगी आवाजात बोलला, ''दादा, आपण बामण. लगीन न्हाई झालं तर कुनीतरी चांगली बाई ठेवायची. तिला धडुतं, खान्यापेन्याला द्यायचं. हां! अहो, ह्यानं मांगीन ठिवलीया, दादा, मांगीन. तिकडं शिवडीच्या बाजूला झोपड्या हायेत ना मांगांच्या, तितं जाऊन ऱ्हायलाय. आन् काय रूप तरी बाईचं! मेकअप न करता राक्षसीण शोभंल. काय हो?''

''तुमचं या बाबतीत कसं काय?''

''माझी लग्नाची बायकू हाय, चार पोरं हायेत. भाऊबंद, नातंगोतं असणारा मानूस हाय, दादा, मी. शिनेमाच्या धंद्यात जाऊन खराब नाद नाही लावून घेतलेला. ह्या:! नाव नका काढू!''

''अस्सं! मग चांगलं आहे. पण जोगाचंसुद्धा काही वाईट नाही. विशेष आहे कॅरेक्टर!''

माळी एकदम बावरला.

''त्येला कॅरेक्टर देता, सायेब?''

''छे, छे! एवढं सोडलं, तर दुसरं काय आहे त्यांच्यात? तसा स्वतंत्र आकार नाही त्याला!''

माळ्याला बरे वाटले.

''छ्या, छप्पन जागी वाकडं हाये ते सायेब. प्रॉपर्टी म्हणून स्टुडिओत ठेवायचीसुद्धा लायकी नाही त्येची.''

''बरोबर आहे!''

''बरं सायेब, मग आमच्याकडं....''

''ध्यान आहे माळी, सुरुवात झाली म्हणजे मी अवश्य बोलावून घेईन. आता काही करू शकत नाही मी!''

''मेहेरबानी हाय साहेब – रामराम.''

''रामराम.''

माळी निघून गेला. दमल्यासारखा मी खुर्चीत पडून राहिलो.

– आणि काकणे वाजली. जोडव्यांचा आवाज फरशीवर आला.

''आहेत का बनाबाई?''

बनाबाई? माझ्या आईची चौकशी करीत इथे पुण्यात कोण आले?

''त्या माडगूळला आहेत. कोण आहे?''

"मी हो कंपौंडरांची ठकूबाई."

"हो का? बसा, बसा."

ठकूबाई उंबऱ्याला लागून दोन पायांवर बसल्या. त्यांच्या कपाळावर रुपयापेक्षाही मोठे कुंकू होते. अंगावर विटके लुगडे होते. डोळ्यांची चमत्कारिक उघडझाप करीत त्या आपल्याशीच हसत होत्या. भुईकडे बघतच त्या मग बोलल्या, "विट्याला तुमचे वडील होते, तेव्हा हिकडं नोकरीही तिथेच होती. दोघे पत्ते, सोंगट्या खेळायचे."

"हो, हो, नाना कंपौंडर का? मला अंधूक-अंधूक आठवतं."

गोल चेहऱ्याच्या ठकूबाईंचा आवाज अगदी चमत्कारिक होता. जाड, बटबटीत होता; पण त्या बापड्या सगळे सांगत होत्या. ते मला पटावे म्हणून आवाज कमी-जास्त करण्याचा प्रयत्न करीत होत्या.

नाना किवंडे होते, आणि ठकूबाई भोळसट, अर्धवट होत्या. दोघेही म्हातारी होती, आणि त्यांना दुसरे कोणी नव्हते. ठकूबाईसारख्या बडबडत असायच्या. कुठली बारव, कुठला मुंजा, कुणाला नारळ पाहिजे, असलं काही बडबडायच्या. तसे दिवसभराचे कामसुद्धा बडबडायच्या. 'अजून चुलीला पोतेरं नाही घातलं. चूल पेटवून वर पाणी तापत ठेवलं पाहिजे. ह्यांची अंघोळ व्हायची आहे. आज डाळ टाकावी की भाजी आणावी जाऊन? भांडी घासल्यावर डाळ निवडली पायजे थोडी. उंदीर फार झालेत गं बाई घरात. मसाला संपलाय, तो करायचा. म्हंजे त्यात अर्धा दिवस तरी जाईल.' असे काही ना काही ठकूबाई बडबडायच्या.

"तुम्ही एकटेच राहता इथे?"

"हो, आई तिकडे गावी असते."

"माझा बगा असा स्वभाव. अर्धवटच म्हणा ना. मनाला येईल ते बडबडायचं. पण आमचे मालक फार चांगले, हो. कधी मला दोन शब्द वाकडे बोलले नाहीत. फार राग आला, तर सरळ बंडी घालून बाहेर पडायचे."

"त्यांनाही ऐकू कमी येत होतं, नाही?"

"होय की, मग मला सारखं कानापाशी ओरडायला लागायचं. 'उठा अंघोळीला, स्वयंपाक झालाय.' सगळं ओरडून-ओरडून सांगावं लागायचं. शेजारीपाजारी म्हणायचे, नवरा-बायको केवढ्यानं बोलतात. पण काय हो करायचं?"

"मला आठवतात ते – नेहमी यायचे सोंगट्या खेळायला!"

"मालक नं आमचे? अगाई, फार चांगलं माणूस हो. मूलबाळ झालं नाही मला शेवटपर्यंत, तर कधी काही बोलणं नाही. मनातून कष्टी असत, पण मला कधी नाही बोलले."

ठकूबाईंचा गळा दाटून आला. त्यांच्या डोळ्यांतून पाण्याच्या धारा लागल्या.

वरचेवर पदराने नाक पुशीत त्या म्हणाल्या, "असल्या खुळ्यांबरोबर त्यांनी संसार केला. माझ्यासाठी करायचं ते सगळं केलं. कधी मारलं नाही, बडवलं नाही. कौतुकही काही कमी नाही केलं. डागडागिने, लुगडंचोळी, होय नव्हे, नेहमी करायचे. सांगायची गोष्ट म्हणजे, माझा काही उपयोग नाही झाला त्यांना. वंशवेल नाही वाढला आणि त्याचंच मला दुःख आहे बघा. काय प्रायश्चित्त घेऊ, ते सांगा. चांगली कळती माणसं तुम्ही. सांगा!"

"मला काही सुचत नाही, ठकूबाई...."

"असं तुम्ही म्हटल्यावर आम्ही काय करायचं?"

"तुम्हाला कोणी सांगितलं, मी कळता आहे म्हणून? कळता नाही, काहीनाही ठकूबाई. मला काही सांगता येणार नाही. तुम्ही उगीच इकडे आलात!"

"उगीच कशी येते? ओळखदेख होती, लोभ होता म्हणून आले."

मघापासून मला भीती वाटत होती. अखेर भीत-भीत मी विचारले, "नाना कुठे असतात आता?"

सुस्कारा सोडून आणि पुन्हा गळा भरून ठकूबाई म्हणाल्या, "राहतात एकटेच आता. दम्याचा विकार आहे. जवळ कोणी माणूस नाही. चांगल्या माणसांनासुद्धा म्हातारपणी देव सुखी ठेवत नाही. मी अशी हिंडतेय भ्रमिष्टासारखी!"

दुःखाने जड होऊन ठकूबाई उंबऱ्याशेजारी बसून राहिल्या. त्यांनी कुठेतरी एका जागी टक लावली होती. मग एकाएकी भानावर येऊन त्या म्हणाल्या, "जाते."

"थांबा!"

मी टेबल सोडून उठलो आणि झोपायच्या खोलीत गेलो. दिवा लावला. मच्छरदाणी वर करून पाहिले. माझी बायको मुलीला पोटाशी घेऊन झोपली होती.

"विमल, ए विमल!"

"अं?"

"ऊठ, त्या ठकूबाई आल्यात. त्यांना कुंकू लाव. चालल्यात त्या."

"कोण, ठकूबाई?"

"नाना कंपौंडरांच्या. ऊठ-ऊठ. मी थांबायला सांगितलंय त्यांना."

विमल उठली आणि जड अंगाने स्वयंपाकघरात गेली. नळ सोडल्याचा आवाज झाला. मग ती माझ्या लिहायच्या खोलीत आली. टेबलावर कोरे कागद तसेच होते. पेन तसेच होते. सिगारेटचे राखपात्र गच्च भरून सांडत होते. दिवा अद्याप जळत होता. घड्याळात साडेचार वाजले होते. मुलीच्या अंगावर पांघरूण घालून मी बाहेर आलो तेव्हा ती विचारीत होती, "हे काय, झोपला नाहीत का तुम्ही? रात्रभर बसूनच होता?"

मी आरामखुर्चीत बसत म्हणालो, ''विमल, आज हा आला होता, अण्णा कासार... त्याचा अद्याप काही पत्ता नाही. आणि लोक म्हणतात की, ही त्यानं गंमतच केलीय आणि मुका राघू आला होता. पार हाडकलाय बिचारा. काय फरक पडतो माणसांत! माझ्या लहानपणी कसा देखणा दिसायचा तो. तो माळीही आला होता मुंबईचा... सगळे बिचारे सांगत होते आपली रामकहाणी. पण मला सांग की, प्रत्येकासंबंधी कसं काही लिहून होईल? मलाही माझ्या मर्यादा आहेत. नाही का? पण हे या लोकांना पटत नाही. धरणं धरून बसतात. हा येतो, तो येतो आणि मला काही सुचत नाही.''

विमलने खिडकीचा पडदा बाजूला केला. पहाटेची सुरेख झुळूक आत आली. कोंबडे आरवत होते. पाखरे जागी होत होती.

माझ्या शेजारी येऊन विमलने माझ्या केसांवरून हात फिरवला आणि बेबीला म्हणावे तशी ती म्हणाली, ''चला, तुम्ही झोपा बघू आता. ठकूबाई, माळी, राघू हे सगळं दिवसा बघू. आठला बसलाय टेबलाशी. पाच वाजले आता. चला.''

माझे अंग विलक्षण जड झाले होते. कोण काय बोलते आहे, हे कळत नव्हते. हाताला धरून तिने मला झोपायच्या खोलीत नेले आणि मऊ गादीवर मी लोळताच माझ्या अंगावर चादर घालीत म्हटले, ''वेड लागेल अशा वागण्यानं – भ्रमिष्ट व्हाल!''

∎

लोकमान्य, दिवाळी १९५६

संध्याकाळ टळून गेली होती. पुणे शहरातले दिवे केव्हाच लागले होते. हवेमध्ये गारठा होता. वरचेवर पडणाऱ्या रिमझिम पावसामुळे डांबरी रस्ते ओले झाले होते. रस्त्याकाठच्या दिव्यांची प्रतिबिंबे ओल्या रस्त्यांवर सरपटत होती. शहराच्या अगदी एकीकडे असलेला लांबच लांब रस्ता अगदी निर्मनुष्य होता. मोटार जात नव्हती, सायकल जात नव्हती. पावसाने गारठलेले म्हातारे वड दोन्ही तर्फेने उभे होते आणि एकाकी रस्ता शहराच्या बाहेरच्या असलेल्या तुरळक वस्तीकडे जात होता. डाव्या-उजव्या बाजूस क्वचित उजेड दिसत होता. क्वचित बंगला दिसत होता.

या अशा एकाकी रस्त्याने एक मध्यम वयाची बाई चालली होती आणि तिच्यापासून बऱ्याच मागे असा चालत राहून नाता तिचा पाठलाग करीत होता.

ती बाई कोण आहे, कशी आहे हे नाताला ठाऊक नव्हते. ती कुणीकडे आणि का चालली आहे, याची त्याला कल्पना नव्हती. तरी पण सहज मजा म्हणून तो तिचा पाठलाग करीत होता. तूर्त तरी असे करण्यामागे त्याचा काही निश्चित हेतू नव्हता. म्हणूनच तो बाईच्या पाठोपाठ जात होता. या गोष्टीला काही फार वेळ झाला नव्हता.

जिमखान्याकडून निघून थेट मुंबई-पुणे रस्त्याला मिळणाऱ्या लांबच्या लांब रस्त्यावर नाता भटकत आला होता. शेंडाबुडखा नसलेल्या नाताला भटकण्यावाचून दुसरा उद्योगच नव्हता. उपजीविकेचे निश्चित साधन नसलेली, पोटासाठी वाटेल ते करणारी जी मंडळी शहरातून राहत असतात, त्यांच्यापैकीच नाता होता.

खिशात हात घालून रस्त्यावरून हिंडता-हिंडता तो फर्ग्युसन कॉलेजपाशी आला आणि तिथे पाठमोरी जाताना त्याने तिला पाहिले. दुसरे काहीही करण्यासारखे नव्हते, म्हणून नाता तिच्या पाठोपाठ जाऊ लागला. जाता-जाता आडाखे बांधू लागला :
साधारणतः भल्या घरच्या बायका अशा रस्त्याने एकट्या जात नाहीत;

७

नाही, नाही!

त्यांच्यासोबत कुणीतरी असते. आता हे खरे की, या रस्त्याला बस नव्हती. तरी पण जायचेच तर एखादी बाई रिक्षा किंवा टांगा करून गेली असती. कदाचित तेवढे पैसे हिच्यापाशी नसतील म्हणून ही चालत निघाली असेल. बहुश: हिचे घर या सरळ रस्त्यावर कुठेतरी असेल. गावात काही कारणाने हिला उशीर झाला असेल, सोबत येण्यासारखे कोणी नसेल आणि म्हणून ही भली बाई एकटी जात असेल. तरी पण हिची चाल संथ आहे. आजूबाजूला, मागेपुढे बघत ही झपाट्याने काही जात नाही. भीतिचे कसलेच चिन्ह हिच्या चालण्यात दिसत नाही. म्हणजे ही भल्या घरची बाई नव्हे. कदाचित भानगड असेल. मनात भरलेल्या कुणा पुरुषाला भेटायला निघाल्यामुळे हिच्यापाशी एवढी धिटाई आली असेल. चालण्यात, बघण्यात चोरटेपणा दिसू नये इतपत ती या कामात मुरली असेल. असेल, असेच असेल! एरवी चांगले कपडे घातलेली, बऱ्या घरातली दिसणारी ही बाई अशी एकटी जाते ना!

मनातल्या मनात विचार करता करता, आडाखे बांधता-बांधता नाताने बरेच अंतर तोडले. पाठमोऱ्या बाईपासून तीस-चाळीस कदमांवर तो येऊन पोहोचला. आता मोठ्याने खाकरून थुंकावे असे त्याला वाटले. त्यामुळे बाईने वळून मागे बघितले असते आणि ती रस्त्याकाठच्या दिव्याखाली आहे, तोपर्यंत नाताला तिचा चेहरा दिसला असता. पाठमोऱ्या माणसाविषयी जे कळत नाही, ते चेहरा बघताच कळते. तिचा चेहरा एकदम घाबरा होतो आहे का, आपल्यामागे कुणी लागले आहे, या जाणिवेने ती चाल जलद करते आहे का, हे नाताला बघायचे होते.

दिव्याच्या उजेडात ती पोहोचताच नाता मोठ्याने खाकरून थुंकला. पण बाईने मागे वळून बघितले नाही! पहिल्याच चालीने ती चालत राहिली.

दिव्याच्या उजेडात क्षणभर तिचे निळ्या काठाचे पांढरे पातळ उजळले. पुढेमागे होणाऱ्या उजव्या हातात लहान पिशवी आहे हे ध्यानात आले. मानेवर चक्कर बांधलेले केस चमकले. तिची काळी सावली जास्ती गडद होऊन पुढे सरकली. आखूड होऊन अर्धगोलाकार फिरली, पुढे गेली आणि मागे पुन्हा आली.

अंगरख्याच्या पुढच्या पाख्याने तोंड पुसता-पुसता नाताने चकित होऊन तिच्याकडे पाहिले. हे विशेष होते. नेहमी घडणारे नव्हते. गरती असो की, छिनाल असो; खाकरण्याचा आवाज ऐकून बाईने मागे हे बघितलेच पाहिजे. तिच्या चालण्यात फरक हा झालाच पाहिजे. पण ही बाई तर पहिल्याच संथ चालीने जात होती. नाताचे खाकरणे तिच्या कानांवर तर नक्की गेले असले पाहिजे. आसपास दुसरा कसलाही आवाज नव्हता. मोटारी धावत नव्हत्या. टांगे जात नव्हते. सायकलींच्या घंटा खणाणत नव्हत्या आणि नाता काही हळू खाकरला नव्हता. निरर्थक खाकरला नव्हता. खाकरण्यात वेगवेगळे अर्थ कसे भरावेत, हे त्या भटक्या, गुंड पोराला चांगले माहीत होते. प्रतिस्पर्ध्याला धमकी देताना कसे खाकरावे, एखादा चोरून

काही करताना बघून त्याला केवळ 'हे आपण पाहिले आहे', हे कळण्यासाठी कसे खाकरावे आणि छिनाल बाईला खुणावण्यासाठी कसे खाकरावे, हे सगळे त्याला ठाऊक होते. समोर पाठमोरे चाललेल्या माणसाने मागे वळून बघावे, यासाठी जसे खाकरायला पाहिजे होते, तेवढे तो निश्चित खाकरला होता आणि आश्चर्याची गोष्ट अशी की, त्याचा काहीही परिणाम झाला नव्हता. बाईने मागे वळून मुळीच बघितले नव्हते. आपल्या चालण्याची गतीही तिने वाढविली नव्हती.

याचा अर्थ इतकाच होता की, तिला आपल्यामागे कुणीतरी येते आहे याची कल्पना असली पाहिजे. नाताला वाटत होते की, तिने मघापासून मागे वळून पाहिलेच नाही; पण तिने पाहिले असले पाहिजे. या खाकरण्यातला अर्थही तिला समजला असला पाहिजे. बाई चांगली बनेल असली पाहिजे!

इतका वेळ आजूबाजूला वस्ती नाही असा रस्ता होता. तो संपला. डाव्या बाजूला हॉटेल होते, पानपट्टीचे, वाण्याचे दुकान होते. माणसे उभी होती. बोलणे चालले होते. रस्त्यावर चांगला उजेड होता. नाताने वाढविलेली चाल सावकाश केली. कदाचित इथे एखादा पोलिससाहेब असला, तर त्याला संशय आला असता. पानपट्टीच्या दुकानासमोर उभ्या असलेल्या त्या आखूड केसवाल्या पहिलवानाला काहीतरी वेगळे वाटले असते. कदाचित इथे पटकन थांबून त्या बाईनेही कुणाला तरी सांगितले असते, 'अहो, हा माणूस मघापासून माझ्या मागं येतोय.'

– आणि अनेक लोक नाताला धरायला धावले असते. क्षणाचाही विलंब त्यांनी लावला नसता. ती लठ्ठ गर्दन असलेला पहिलवान, तो गळ्याला रुमाल बांधलेला पोऱ्या, तो पानवाला आणि तो हॉटेलवाला – सगळे धावले असते. बाईने तक्रार केली की, लोकांचे शौर्य डिवचले जाते. कुणाची बाजू बरोबर आणि कुणाची बरोबर नाही, हे आपोआपच ठरते. बाईने तक्रार केली त्याअर्थी बाई साध्वी असली पाहिजे. माणूस बदमाश असला पाहिजे. त्याला धरला पाहिजे. बडवला पाहिजे. बडवून-बडवून मग पोलिसाच्या हवाली केला पाहिजे! हे सगळे ओघानेच येते. हे अनुभवही नाताला माहीत होते. तो उगीचच मागे रेंगाळला. खिशातली विडी काढून त्याने पेटविली आणि तो रस्त्यावरच तीन-चार मिनिटे ती ओढत उभा राहिला. पुढे जाणे ही गोष्ट जणू त्याच्या मनातच नव्हती. पुढे एखादी बाई चालली आहे, हे जणू त्याला ठाऊकच नव्हते.

अंगात असलेल्या मळक्या आणि विटक्या लोकरीच्या कोटात विडीसाठी जेव्हा तो पाहू लागला, तेव्हा कॉलरीच्या आतल्या चोरखिशात असलेले सोन्याचे मंगळसूत्र त्याने चाचपून पाहिले आणि दोन दिवसांपूर्वी झालेल्या त्या फसगतीची त्याला पुन्हा आठवण झाली. संध्याकाळी मंडईत झालेल्या गर्दीत तो भटकत होता. भटकता-भटकता दीड-एक तोळ्याची साखळी असलेली एक बाई त्याने हेरली होती.

तिच्यासोबत तिचा नवराही होता. पण हे काही नाताला सुरुवातीला माहीत नव्हते. गर्दीचा फायदा घेऊन त्याने पुढेच पाठमोऱ्या चाललेल्या बाईच्या गळ्यात हात घातला आणि सरावाने साखळी हिसकली. कसे कोण जाणे, पण हे त्या बाईच्या ध्यानात आले. काय चमत्कारिक ओरडली ती!

"अगं आई ग! माझं मंगळसूत्र कुणी नेलं!"

– आणि त्यासरशी तो नवरा म्हणविणारा काय मोठ्याने कोकलायला लागला. जागच्या जागी नाचून पोलिसांच्या नावाने ओरडू काय लागला. लोक जमले, गोंधळ झाला.

"कोण होता? कसा होता? कुठे गेला?"

"अहो, ते ठाऊक असल्यावर त्यांनीच नसता का धरला?"

"कमाल झाली! ध्यादिवसा गळ्यातली मंगळसूत्रं ओढू लागले चोर!"

"अरे पण पोलीस आहे की नाही? वर्दी द्या!"

"काँग्रेस सरकारचं राज्य आहे."

"काही उपयोग नाही व्हायचा वर्दी देऊन."

चर्चा झाली आणि पुन्हा लोक पांगले. वांगी-कांद्याचे भाव पुन्हा विचारले जाऊ लागले. त्या दोघा नवराबायकोशिवाय कुणीच या गोष्टीची फिकीर करीत राहिले नाही. तो नवरा म्हणणारा उगीचच इकडून तिकडे हिंडला. 'चोर इकडे गेला का हो?' म्हणून त्याने कुणाकुणाला विचारले आणि शेवटी चिडून तो बायकोच्या बाव्हट्याला धरून म्हणाला, "चला आता घरी. बावळट आहेस नुसती. गळ्यातलं मंगळसूत्र काढेपर्यंत तुला शुद्ध नव्हती."

बाईचे डोळे पाण्याने डबडबले. पदराने नाक पुशीत म्हणाली, "मेल्यानं मंगळसूत्र नेलं. साखळी ठेवलीन."

"हो! ती तरी सांभाळा आता! चला!"

याचवेळी नाता मेथीची भाजी घेत बाजूला उभा होता. मनात म्हणत होता, 'आपला डाव हुकला! हाताने दगा दिला. बाईच्या मानेवर साखळीचा हुक होता आणि मंगळसूत्राचाही होता. मागून काही कळलं नाही. साखळी राहिली आणि मंगळसूत्र आलं. भलतीच गंमत झाली.'

अजून ते मंगळसूत्र नाताच्या खिशात होतं. नेहमीच्या मारवाड्याकडे जावे तर तो मंगळसूत्र घेतो की नाही, कोण जाणे! लोक साखळ्या, लॉकीटे मारतात; पण नाताने कमालच केली होती. अंगठी चालते, बिल्वर चालतो; पण मंगळसूत्र? सोन्यात गाठवलेले, काळ्या मण्यांचे मंगळसूत्र? आजतागायत कुणी मंगळसूत्र चोरल्याचे नाताला माहीत नव्हते. आता मारवाडी काय वाटेल ते घेईल ही गोष्ट खरी! कुणाच्या तोंडातले सोन्याची दात जरी चोरून आणले तरी मारवाडी ते घेईल आणि दातामागे रुपया, दोन रुपये देईल; पण विकणाराला काही आहे की नाही? चोरीची

वस्तू देतानासुद्धा कशी भरघोस वाटली पाहिजे. एक दागिना का असेना; पण तो चांगला वजनदार असला पाहिजे. उगीच आपले मंगळसूत्र घेऊन! छे, हे खरे नाही!

दुकानं मागे पडली. पुन्हा निर्मनुष्य रस्ता आला. आभाळ ढगांनी कोंदलेलेच होते. थंड हवेबरोबर बारीक पावसाचे तुषार येताहेत, असे वाटत होते.

या एकट्या बाई रस्त्याने चालल्या होत्या. नाताला वाटले, ही नक्की काहीतरी भानगड आहे. ते पुढे इराण्याचे हॉटेल आहे, तिथे बहुतेक कुणीतरी गडी वाट बघत बसला असावा. ही रस्त्यावर दिसताच तो उठून येईल. दोघे मिळतील आणि कुणीकडे तरी जातील. कुठे बरे जातील? बहुतेक सिनेमाला जातील. पण त्या बाजूला तर सिनेमा नाही. मग? मग ती दोघेही, तो पार लांब पूल आहे ना लहानसा, तिथे बसतील. कुचकुच बोलतील. च्याऊम्याऊ करतील आणि मग तो त्याच्या घरी जाईल आणि ही हिच्या घरी जाईल.

ही सगळी गंमत नाताने बघायची असे ठरविले.

त्याचा हा नाद जुना होता. अंधार पडेपर्यंत बागेत एखादे जोडपे बसले असले की, नाता हळूच आजूबाजूच्या झुडपाआड जाऊन दडायचा. गप्प बसून ती दोघे काय करतात हे बघायचा. हा फुकट सिनेमा असतो, असे त्याचे मत होते.

अशा बघितलेल्या अनेक गमती तो आपल्याबरोबरच्या दोस्तांना फुलवून सांगायचा आणि हसून-हसून त्यांचे मुडदे पडायचे. गडी कसा बसला होता, बाई कशी बसली होती, बाई अशी म्हटल्यावर गडी काय म्हणाला, हे नाता असे खुलवून सांगायचा की, पोरे लगोलग असले बघण्यासाठी बागेतून हिंडू लागायची.

एकदा तर कॉलेजच्या बाजूला कॅनॉलपाशी उभे राहून एकमेकांशी बोलणाऱ्या पोरगापोरगीला दम देऊन नाताने हादरून सोडले होते. त्या पोरापाशी दरडावून पैसे मागताच त्याने मुकाट्याने खिशाचे भारी पेन काढून दिले होते. मारवाडी असला तरी पण त्याने त्या पेनचे रुपये चार रोख दिले. काय, कमी झाले काय! रोजावर काम करणाऱ्या गड्याला काय मिळते? रुपया! फार झाले तर दीड! पंधरा मिनिटांत रुपये चार मिळाल्यावर नको वाटते का? त्यात ते पोर शिकणारे होते म्हणून. नोकरदार जर असते तर नाताने त्याच्याकडून दहा-वीस रुपये सहज काढले असते.

गलोलीने खडा मारावा तसा नाता पटकन थुंकला! ही सवयच त्याला होती. त्याला विलक्षण चीड आली, विलक्षण संताप आला, विलक्षण दुःख झाले म्हणजे तो जोराने थुंकत असे. पांढरे कपडे घालून हिंडणारी माणसे बघून त्याला वाटत असे – 'हे लोक चैन करतात, खातात-पितात, गाद्यांवर झोपतात, संध्याकाळी उत्तम

कपडे घालून हवा खायला बाहेर पडतात. या लोकांची मजा आहे. यांना राहायला घरे आहेत. नोकऱ्या आहेत. बायका-पोरे हे सगळे देवाने यांना दिले आहे. हे लेकाचे लोण्यातले पावटे आहेत. यांना कसलेही दुःख नाही. साले, चैनीत जगतात!'

नाताच्या मनात हा विचार इतका रुजला होता की, असली माणसे पाहिल्यावर त्याच्या तोंडाला कडवट चव येई आणि लगोलग ती तो थुंकून टाकी.

अलीकडे तर ही कडवट चव सारखी त्याच्या तोंडाला येई. पुष्कळ वेळा काहीही न बघता येई आणि विलक्षण जोराने तो रस्त्यावर थुंकत असे.

अगदी अलीकडे-अलीकडे त्याचा बाप मेला होता. बापडा चांगला माणूस होता! वेळीअवेळी तो बायकोला आणि पोराला गुरासारखा बडवत असे; तरी पण तो चांगला माणूस होता. नातावर त्याचा जीव होता. नाता सहा-सात वर्षांचा झाला, तरी त्याने त्याला घराबाहेर हाकलला नाही. उलट, संध्याकाळी कपातून दारू पीत बसे तेव्हा नाताला जवळ बसवून घेई. भज्यांच्या संगतीने ते कडू औषध तो त्यालाही पाजी आणि मग ते दोघेही बापलेक मोठमोठ्याने गाणी म्हणत. आईपुढे नाचून खो-खो हसत.

असा हा नाताचा गुणी बाप झाडावरून पडून नुकताच मेला होता. कसलेही उंच झाड असो, त्यावर तो चढत असे. रस्त्याकडेची मोठमोठी झाडे विजेच्या तारांना आड येत होती. त्यांच्या फांद्या तोडण्याचे कंत्राट म्युनिसिपालटीने म्हादू सय्यदला दिले होते. म्हादूने नाताच्या बापाला दोन रुपये रोजावर नेला होता आणि गगनजाईच्या उंच झाडावरून पडून नाताचा बाप मेला होता.

तो मरून आठ-दहा दिवससुद्धा झाले नसतील, तोवर नाताची आई एका बावाला घरात घेऊन राहिली होती.

पहिल्या दिवशी रात्री तो माणूस घरात बघूनच नाता आईच्या पुढे थुंकला होता. घराबाहेर पडला होता आणि त्या दिवसापासून ती कडवट चव त्याचे तोंड सोडून जात नव्हती.

म्हसोबा गेट ओलांडून ती बाई पुढे गेली. पोलीस चौकी ओलांडून नाताही गेला. आपण चौकी ओलांडून पुढे आलो, हे जेव्हा नाताच्या ध्यानात आले तेव्हा तो बराच पुढे गेला होता. एकाएकी त्याचा हात मंगळसूत्रापाशी गेला. त्याला वाटले, चोरीचा माल जवळ ठेवून असे हिंडणे बरे नव्हे. त्याची विल्हेवाट लावली पाहिजे. ही वस्तू मोडली पाहिजे. काय दहा-वीस येतील तेवढे घेतले पाहिजेत.

– आणि त्याने समोर पाहिले. दोन्ही कडेला असलेल्या वडाच्या काळ्या छायेतून ती धीट बाई अजून चाललीच होती. एवढे अंतर चालून आली आणि तिने अजून एकदाही मागे कसे वळून पाहिले नाही? का मध्यंतरी पाहिले? आपण आपल्याच नादात असताना तिने कदाचित मागे वळून पाहिलेही असेल. दिव्याच्या

उजेडाने तिचा चेहरा उजळलाही असेल.

अशा वेळी आपले लक्ष समोर असते, तर बरे झाले असते. काही अंदाज लागला असता. नाता मनोमन हळहळला आणि एकदम त्याला वाटले की, आपण त्या बाईमागे असे का चाललो आहोत? बास् झाले आता! परा फिरावे. हिच्यामागे जाऊन काय फायदा? उगीच इतक्या लांबवर आपण तंगड्यातोड काय म्हणून केली? मरो ही बाई. ही छिनाल असो, गरती असो, बाबाकडे जात असो अगर पोराबाळांकडे जात असो. आपल्याला करायचे आहे काय?

जाता-जाता रस्त्यावरच नाता थांबला. एकवार थुंकला. खिशातून मघाची अर्धी विडी काढून तोंडात धरली, सर्दाळलेली काडी ओढीत तो उभा राहिला. चार-सहा काड्या वाया गेल्यावर विडी पेटली. पेटल्या काडीने नाताचा उभट, गालाची हाडे वर आलेला चेहरा उजळून गेला. नेहमी तांबारलेले त्याचे डोळे दिपले. विडीचे लाल टोक चमकावीत त्याने समोर पाहिले.

बाई बरीच पुढे गेली होती. आता आणखी पुढे गेले की, वस्ती येणार होती. मग कदाचित ती आपल्या घरात जाईल. पोराबाळांना, नवऱ्याला भेटेल. जेवेल, खाईल आणि झोपून जाईल.

इतका वेळ आपण तिच्या मागे आहोत. कदाचित तिच्या गळ्यात काही असेल! सोन्याची साखळी असेल, हातातल्या पिशवीत दहा-पाच रुपये असतील! अरे, उगीचच वेड्यासारखे मागे जात राहिलो. त्यापेक्षा काही डाव साधतो, ते का नाही बघितले?

घाईघाईने विडीचे चार झुरके नाताने मारले. उरलेल्या थोटकाचा चर्रचर्रऽऽ आवाज झाला. तोंडात धरलेल्या शेवटामधून कडू द्रव जिभेवर उतरला. थोटुक टाकून त्याने ते पायाखाली विझविले. थुंक टाकली आणि अजून रस्त्यावर असलेल्या त्या बाईला गाठण्याच्या इराद्याने तो भरभर निघाला. अंतर फार होते. मध्यंतरी नाता थांबल्यामुळे त्याच्यात आणि त्या बाईत आता फार अंतर पडले होते. लांब ढांगा टाकत नाता चालू लागला. त्याची धंदेवाईक गती त्याच्या पायांनी घेतली. ती विशेष चपळाई त्याच्या अंगात उतरली. हाताची तयार बोटे वळवळून हुशार राहिली. नजर आणि कान हुशार राहिले.

इतका वेळ नाताच्या मनात वेगळाच हेतू होता किंवा तसा काही विशेष हेतूच नव्हता. सुरुवातीला गंमत म्हणून तो बाईच्या मागोमाग जात होता. जाता-जाता, ती जेव्हा मागे वळून बघेना, त्यामुळे ती कोण आहे आणि कुठे चालली आहे याचा काही पत्ता लागेना. मग नाता इरेला पडला. ही कोण आहे आणि कुठे निघाली आहे याचा पत्ता लागल्याशिवाय राहायचे नाही, असे म्हणून त्या अनोळखी बाईच्या मागोमाग जात राहिला.

इतका रस्ता चालून झाला. वस्ती आली. यापुढे आता ती आणखी चालत

राहील हे शक्य नव्हते. याच्याही पुढे कुठे तिचे घर असेल हे संभवनीय नव्हते. हे नातानेच मनोमनी ठरविले आणि एकाएकी त्याला वाटले की, आपण एका बाईचा फुकटच पाठलाग केला. इतका वेळ संधी असून आपण तिला लुबाडले नाही. तिच्या गळ्यात काय आहे, तिच्या हातातल्या पिशवीत काय आहे हे आपण पाहिलेच नाही. किमानपक्षी ती तरुण आहे का, देखणी आहे का, हे पाहून एखादा झकास धक्काही आपण तिला दिला नाही. छे, छे, आपण काहीच केले नाही, हे बरे नव्हे. ही संधी अशी घालविता उपयोगी नाही!

नाता भराभर चालू लागला. अंतर फार पडले होते. समोरच्या चौकात चक्क उजेड होता. चौक म्हटला की दुकाने आली. पानाचे दुकान, चहाचे दुकान आले आणि ही दुकाने म्हणजे काही शेलकी मंडळीही आली. त्यांच्यापासून जपून राहावे लागते, हे नाताला ठाऊक होते. म्हणून तो चौकाच्या अलीकडेच काही जमते का हे पाहण्यासाठी घाई करीत होता. पण अंतर फार होते. बाई सावकाश चालली होती तरीही तिला नेमक्या ठिकाणी गाठणे शक्य नव्हते.

नाताने पुष्कळ घाई केली, पुष्कळ चपळाई दाखविली, पण नेमक्या वेळी तो बाईला गाठू शकला नाही. पंधरा-वीस कदम तो मागे होता. तेवढ्यात बाई चौकात पोहोचली आणि उजवीकडे वळली. वळताना एका बाजूने नाताने तिला पाहिले. तिशीच्या पुष्कळ अलीकडे ती असावी. तिचा रंग चांगला होता. नाक-डोळेही बरे असावेत. पण या गोष्टीचा नाताला काय उपयोग होता? ती वळली तेव्हा कुणाला संशय येऊ नये म्हणून तो सरळ चालत गेला. जाता-जाता ती कशी, कुठे जाते आहे हे त्याने सफाईदारपणे पाहून घेतले. उजवीकडे वळणाऱ्या रस्त्यावरच भलेमोठे पटांगण होते आणि या पटांगणात रस्त्यापासून थोडे आत असे बैठे कौलारू घर होते. लांबलचक अशा त्या चार-पाच डबलरूम्स असाव्यात. चार-पाच वेगवेगळी बिऱ्हाडे तिथे राहत असावीत. कारण रस्त्याच्या बाजूला असलेली काही दारे उघडी होती. खिडक्यांतून आत उजेड दिसत होता.

बराच पुढे जाऊन नाता उभा राहिला, वळला आणि बाई काय करतात ते बघू लागला.

बाईंनी दाराचे कुलूप उघडले. म्हणजे त्यांच्याशिवाय घरात दुसरे कोणी नव्हते का? आत जाऊन त्यांनी दिवा लावला. ज्या सरळ रस्त्याने आता नाता आला, तिकडे असलेली खिडकी उजळली. उजेडाचा एक लांब चौकोन मोठ्या पटांगणात पडला. खरं तर आता नाताला काही कर्तव्य उरले नव्हते. त्याचा बेत हुकला होता. त्याचे आडाखे चुकले होते. बाई भल्या घरच्या दिसत होत्या. काहीही भानगड नव्हती. कोण कुठे उभे राहिले नव्हते. बाईंशी कुणी संकेत ठरविला नव्हता. बाई सरळ खाली बघून रस्त्याने आल्या होत्या आणि आपल्या स्वतःच्याच घरात शिरल्या होत्या.

नाता नर्व्हस झाला. चार-दोन वेळा थुंकला. विडी ओढत उभा राहिला. त्याचा सगळाच प्रवास फुकट झाला. काहीही लाभले नाही. हाताला नाहीच नाही; पण नजरेलाही नाही. पैसाअडका मिळाला नाही. काही गंमतही पाहायला सापडली नाही. सगळा व्याप फुकट झाला. जिमखान्यापासून शिवाजीनगरपर्यंतचे चालणे निव्वळ फुकट झाले!

बुरबुर पावसाला सुरुवात झाली. अंधार जास्तीच दाटला. अगोदरच रात्री नवाच्या पुढे इकडे शुकशुकाट होत असे. त्यात पावसाने जाणारे-येणारेही दिसेनात. चांगली जोराची सरही आली. खाली मान घालून नाता जोराने निघाला आणि बाईंच्या खिडकीसमोर असलेल्या वडाखाली येऊन उभा राहिला. त्याने इकडेतिकडे पाहिले आणि वडाच्या सावलीखालून निघून तो बाईंच्या घराच्या कुंपणापाशी गेला. सीताफळाची आणि शेवग्याची झाडे आतून माजली होती. कुणाला दिसू नये अशा बेताने नाता तिथे उभा राहिला आणि डोके उंचावून त्याने खिडकीतून आत पाहिले. बाई काय किंवा पुरुष काय, बंद खोलीत एकटा असल्यावर काय करेल? पण काहीतरी बघायला हे मिळालेच पाहिजे, अशी नाताची जिद्द होती. एवढी तंगड्यातोड तो उगीच करणार नव्हता. काहीतरी गंमत दिसायला पाहिजे होती. खिडकीतून आतले त्याला स्पष्ट दिसत होते.

बाई आतल्या खोलीत गेल्या असाव्यात. कमी कडलपॉवरच्या दिव्याचा क्षीण उजेड खोलीत पडला होता. पुढच्या खोलीत एक 'सुंदर'शी खुर्ची होती. एक स्टूल होते. खाली सतरंजी अंथरलेली होती. भिंतीला लागून वळकट्या होत्या.

कोपऱ्यात एक बूटजोडी दिसत होती म्हणजे बाई एकट्या नव्हत्या. खुंटाळ्याला मद्रास चेकचा कोट लोंबत होता. त्यावर काळी टोपीही होती म्हणजे बाईचा नवरा होता. नवराच कशावरून? भाऊ का नाही? घरात मूलबाळ असलेले दिसत नव्हते. एखादे खेळणे, लहान पाटी, रंगीत पाट असले काही दिसत नव्हते. म्हणजे बाई आणि बाईंचा नवरा अशी दोघेच राहतात. नवराच का?

नाता बारीक नजरेने बघत होता आणि अंदाज बांधीत होता.

एकाएकी त्याला समोरच्या भिंतीवर मोठा फोटो दिसला. बाई उभ्या होत्या. बाईंचा नवरा उभा होता. बाई गालातल्या गालात हसत होत्या. नवरा हसत होता. ती काळी टोपी त्याच्या डोक्यावर होती. अंगावर कोट होता. खालचे काही दिसत नव्हते. कारण फोटो अर्धेच होते. आणखी एक रामदासांचा फोटो होता. एक कॅलेंडर होते पण काहीतरी अवकळा आल्यासारखी दिसत होती. सगळेच कसे धुरकट मळकट दिसत होते. चांगल्या माणसांची घरे जशी चकपक असतात, तशी ही खोली दिसत नव्हती. आडव्या बांधलेल्या दोरीवर बाईंचे पातळ लोंबत होते. एका हाताने दोरी धरून ब्लाउज लोंबत होता. केरकचरा, जाळीजळमटी फार झाली होती.

इथेतिथे बुके पडली होती. पाण्याचा तांब्या, उष्टी बशी आणि कलंडलेले भांडे सतरंजीवर तसेच राहिले होते. सतरंजी जागोजाग गोळा झाली होती. वर कुणीतरी बसल्यामुळे वळकट्या मध्येच चेपल्या होत्या.

बाईंचा नवरा कामावरून परत येणार होता की काय? का तो या बाईंना एकटी सोडून कुठे परगावी गेला होता? परगावीच गेला असता. नाहीपेक्षा मघा तो बाईंच्या बरोबर असता. बाई अशा एकट्या येत्या ना. तो इथे असता तर त्यांचे पाऊल थोडे जलद पडले असते. इतक्या सावकाश, इतक्या रेंगाळत त्या घराकडे आल्या नसत्या.

अकस्मात पावसाच्या धारा सणाणल्या. नाताच्या पाठीवर, केसांवर गार धारा पडू लागल्या. डांबरी रस्त्यावर धारा आपटू लागल्या, थेंब फुटू लागले. बारीक तुषार उडू लागले. आभाळ गळू लागले.

– आणि आत होत्या, त्या बाई बाहेर आल्या. त्या क्षीण उजेडात बाईंना बघताच नाताच्या पोटात एकदम कसेसेच झाले. बाईंच्या कपाळावर कुंकू नव्हते. त्यांचा गळा मोकळा होता! म्हणजे?

बाई सावकाशपणे बाहेरच्या खोलीत आल्या. तोल सांभाळून उभ्या राहिल्या. फोटोसमोर उभ्या राहून त्याच्याकडे बघत त्या तोंडातल्या तोंडात काही पुटपुटल्या. फोटोकडे बघत त्यांनी वरचेवर मानेने नाही-नाही म्हटले. आवेगाने तोंड फिरविले. त्यांचा हात गळ्यापाशी काही चाचपडू लागला. बाईंच्या ओठांची रेषा वेडीवाकडी झाली. चेहऱ्यावरचे स्नायू हलले. बाईंना एकदम रडण्याचा हुंदका आला. त्या खाली कोसळल्या. जमिनीवर पालथे पडून रडू लागल्या. दोन्ही हातांनी त्यांनी सतरंजी चुरगाळून गच्च धरली होती आणि त्यांचे सगळे अंग थरथरत होते. बाहेर पाऊस कोसळत होता, आवाज आतल्या आत कोंडून धरून बाई आवेगाने रडत होत्या. त्यांच्या पायांची बोटे मिटत होती आणि ताठ होत होती. ओठ आवळून धरून त्या मानेनेच नाही-नाही म्हणत होत्या. काहीतरी नको-नको म्हणत होत्या. रडण्याच्या विलक्षण उमाळ्याने त्यांचे सगळे अंग हादरत होते.

नाताचा चेहरा गोरामोरा झाला. त्याने डोळे गच्च मिटून घेतले आणि तोंड बाजूला फिरविले, झटक्यासरशी घर सोडून तो रस्त्यावर आला. वरून पडणारा पाऊस घेत वाकून उभे राहिल्या राहिल्याच त्याचा हात मंगळसूत्र ठेवलेल्या खिशावर गेला.

वरचेवर मान हलवून तो मनाशी म्हणाला, ''मी हे विकणार नाही. नाही, याचा मी पैसा करणार नाही!'

■

लोकमान्य, दिवाळी १९५६

एप्रिलच्या भर दुपारी मी कॅनॉट सर्कल या दिल्लीच्या अद्ययावत भागातून हिंडत होतो. माझ्या दक्षिणी शरीराला दिल्लीची दुपार भाजत होती आणि कुठल्यातरी निवांत अशा हॉटेलमध्ये जाऊन थंड पेय प्यावे आणि सुरेख शिजविलेल्या प्राणान्नाचे भोजन करावे असा माझा मानस होता.

या राजधानीच्या शहरात मी नव्यानेच आलो होतो आणि तिथली भौगोलिक माहिती मला मुळीच नव्हती. गेल्या दोन दिवसांत याबाबतीत मी तज्ज्ञांचा सल्ला घेऊन 'गेलॉर्ड्स' आणि 'आल्यूस'सारखी हॉटेले पाहिली होती, पण तिथली भव्यता, गर्दी मला मानवली नव्हती. टेबल रिकामे होईपर्यंत भिंतीशी उभ्याउभ्या सिगारेट फुंकीत वाट पाहत राहणे, हा प्रकार मला मुळीच मान्य नव्हता. मला एखादे आडबाजूचे, शांत, भपकेबाज नसलेले हॉटेल हवे होते. इंग्रजी वाद्यवृंदाचे सूर मला नको होते, कुरूप बायकांचे नृत्य मला नको होते. एखादे लहानसे, नीटनेटके, गिऱ्हाइकाची विशेष कदर असलेले आणि बऱ्यापैकी खाद्यपेय देणारे असे हॉटेल मला हवे होते आणि ते कुठे असेल याच्या शोधार्थ मी फूटपाथ तुडवीत होतो. असे हॉटेल कुठे असू शकेल, याची मला काहीही कल्पना नव्हती आणि तरीही त्याच्या शोधार्थ पाट्या वाचीत मी भटकत होतो.

दुपारचा एक-दीड वाजून गेला होता. हमरस्त्यावरची गर्दी तुरळक झाली होती. दफ्तर जानेवाले बाबू आता आपल्या दफ्तरातून बाहेर पडून चहा-कॉफी घेऊन पुन्हा दफ्तरात जाऊन बसले होते आणि अद्याप मी दुपारचे जेवण घेण्यासाठी बऱ्यापैकी हॉटेल शोधीत राजधानीचे रस्ते तुडवीत होतो.

हिंडून-हिंडून माझे पाय दुखू लागले. भूक फार लागली. तहान फार लागली. आणखी काही काळ जर मी भटकत राहिलो तर जेवणवेळ टळून जाईल,

८

होटेल रावी

इडली-दोसा खाऊन जेवण भागवावे लागेल, अशी भीती मला वाटत होती आणि हा विचार मनात येताच माझे पाय भरभर उचलले जात होते. वाळलेल्या ओठांवरून जीभ फिरवीत आणि निढळाचा घाम वरचेवर पुशीत मी पाट्या पाहत होतो. हवे तसे हॉटेल काही मला भेटत नव्हते.

मी एक परीने अपघात शोधत होतो, योगायोग धुंडत होतो. कारण हॉटेले काही फूटपाथवर पसरून ठेवलेली नव्हती. त्यांचे आकार आणि त्यांचा दर्जा यांची निवड असे पाहून करता येण्यासारखी नव्हती. त्यातून दिल्लीची हॉटेले अशी काही चमत्कारिक होती की, बाहेरून हे हॉटेल आहे की सलून आहे याचा बोध सहसा होत नव्हता. ढकलदारे लोटून आत जावे, तेव्हाच पत्ता लागत होता. पण मी उमेदीने पाट्या वाचीत फिरत होतो. घराची कळा अंगण सांगते, त्याप्रमाणे हॉटेलची कळा पाट्या सांगतात, अशी माझी कल्पना होती आणि उन्हाने, भुकेने आणि चालण्याने बेजार होऊन मी फूटपाथ तुडवीत होतो. एक परीने जेवणवेळ टळून जात होती, हे चांगलेच होते. कारण त्यामुळे गर्दी कमी होणार होती. अवेळी खाणारे-पिणारे लोक काही शेकड्यांनी नसतात.

अखेर शेवटी मी एका काचेच्या ढकलदारापाशी थांबलो, वर मान करून पाटी वाचली 'होटेल रावी' आणि ईश्वरावर हवाला ठेवून दार ढकलले. आत गेलो आणि क्वचित घडणारी गोष्ट घडली. मला पाहिजे तसे हॉटेल मिळाले. रुंदीने कमी आणि लांबीने जास्त असे रावी हॉटेल मला पाहिजे तसेच होते. तिथे फार भपका नव्हता. कसलेही संगीत चालू नव्हते आणि मुख्य म्हणजे खुर्च्या, टेबले, गिऱ्हाइके आणि वेटर्स यांची एकच भाऊगर्दी नव्हती. भरपूर सूर्यप्रकाश होता. मोजकीच टेबले होती आणि त्याहूनही मोजकी गिऱ्हाइके होती. उत्तम असे लांबडे सोफासेट्स भिंतीला लागून ठेवलेले होते आणि त्यापुढे लांबट आकाराची, वर सुरेख काचा असलेली टेबले होती. सगळे हॉटेल मरून रंगाचे होते. कोचाचे कापड गडद मरून रंगाचे होते. पायांखालचा गालिचा मरून रंगाचा होता. पडदे मरून रंगाचे होते. पांढरास्वच्छ पोशाख केलेले वेटर्स अदबीने इकडेतिकडे हिंडत होते.

दाराशेजारीच असलेल्या टेबलाशी मी समाधानाने बसलो आणि समोर येऊन उभ्या राहिलेल्या वेटरला हलक्या आवाजात म्हणालो, "भाई, बेक्स बीअर है?"

"जी हां साब."

"लाईये फिर."

वेटर निघून गेला आणि माझी नजर माझ्या समोरच्या टेबलवर गेली. समोरचे दृश्य बऱ्यापैकी होते. अगदी माझ्या समोर आठ-दहा फुटांवर ओष्ठराग लावलेली एक पंजाबी प्रौढा होती, एक आठ-दहा वर्षांचे कोवळे पोर होते आणि वेषावरून ज्ञातीचा काहीही बोध न होणारा एक पुरुष होता. ते पोर पोशाख खराब न होऊ

देण्याची खबरदारी घेत सूप संपवीत होते. चेहऱ्याने, पोशाखाने आणि अंगाने बुद्रुक दिसणारा तो पुरुष सूप संपवून दुसऱ्या डिशची वाट पाहत होता आणि झिरझिरीत गुलाबी साडी नेसलेली, चेहऱ्यामोहोऱ्याने ठसठशीत दिसणारी ती प्रौढा समोरच अर्धा रिकामा झालेला बिअरचा ग्लास कुरवाळीत माझ्याकडे पाहत होती.

दृश्य खचीतच वेधक होते.

माझ्या डोळ्याला डोळा भिडताच त्या परप्रांतीय प्रौढेच्या पापण्या खाली झुकल्या. सुवर्णरंगाच्या मद्याने भरलेले समोरचे काचपात्र तिने उचलले आणि आपल्या लालभडक ओठांना लावले. मी पाहत होतो; पण मध्येच आम्हा दोघांच्या मधे वेटर उभा राहिला. पेला समोर ठेवून त्याने माझी बाटली फोडली आणि ते चमकदार फेनयुक्त मद्य मोठ्या सफाईदार हाताने पेल्यात ओतून बाटली माझ्यापुढे ठेवून तो बाजूला झाला.

दरम्यानच्या काळात त्या गौरकाय पुरंध्रीने आपला पेला रिकामा करून खाली ठेवला होता.

दवाने भिजलेल्या मुक्या जास्वंदीसारखे तिचे ओठ चमकत होते. पापण्या भारावल्या होत्या आणि गालांवर लाली चढत होती.

सूप पिता पिता ते पोर मध्येच थांबले. संपलेल्या पेल्याकडे पाहून म्हणाले, "तुंसी सूप लाओगे?"

त्याच्याकडे पाहत तिने नकारार्थी मान हलविली आणि समोर पाहिले. त्याच वेळी माझी-तिची दृष्टभेट झाली आणि कळत-नकळत असे एक अर्थगर्भ स्मित गुलाबाच्या कळीसारखे मी तिच्यापुढे केले. ते तिने झेलले की नाही, हे मला पुरते कळले नाही. कारण लगेच तिने मान वळविली आणि वेटरला बोलविले. दुसरी बाटली फुटली. पुन्हा प्याला भरला. चमेलीच्या फुलासारखा फेस पुन्हा उसळला.

त्या मुलाने पुन्हा नापसंती दाखविली आणि गाल फुगवून पेल्याच्या दिशेने हात पुढे केला. बहुधा तो पेला बाजूला करण्याचा त्याचा मानस असावा; पण त्याचे हात पेल्यापर्यंत येण्याअगोदरच बाईंनी तो उचलला आणि नजरेने मुलाला दटावले.

याही वेळी तिने माझ्याकडे एक कटाक्ष टाकला आणि पुन्हा स्मिताची एक गुलाबी कळी मी तिच्या दिशेने उडविली आणि विशेष म्हणजे ती बरोबर तिच्या अंगावर पडली.

स्वत:ला चटकन सावरून तिने पेला उचलला आणि नेमका त्याच वेळी मीही उचलला. ते थंड मद्य एका दमात संपविता-संपविता पेल्याच्या बुडातून माझी नजर तिच्याकडे होती. तिच्या कंठमण्याची हालचाल मी पाहत होतो. तिने पेला खाली ठेवला, मीही ठेवला. ओल्या ओठांवरून तिने जीभ फिरविली. पदर सावरून तिने उगाचच इकडेतिकडे पाहिले आणि लालभडक टोमॅटोच्या फोडी आणि पोपटी

सॅलडच्या बशा घेऊन वेटर त्यांच्या टेबलाशी गेला. शिजविलेल्या कोंबडीचा वास दरवळला.

दीड-एक बाटली मद्य पोटात गेल्यावर मी थोडासा विचारी पुरुष झालो आणि साधारणत: अशा वेळी मध्यमवर्गातल्या गृहस्थाच्या डोक्यात येतो असा सुविचार माझ्या मनात आला : हे माझे वागणे नीतितत्त्वास धरून आहे काय? या परस्त्रीच्या बाबतीत तिच्या नवऱ्यादेखत आणि मुलादेखत मी हा नजरेचा खेळ खेळतो आहे, मुके संभाषण करतो आहे, ते बरोबर आहे काय?

कल्पनाशक्ती चांगली तरल झाली होती. मी विचार करू लागलो आणि कल्पनाही करू लागलो.

भर हॉटेलात बसून मद्यपान करणारी स्त्री या भल्या गृहस्थाची बायको नाही, असे माझे मन मला सांगू लागले. कारण तो पुरुष गणपतीशेजारच्या उंदरासारखा गप्प बसून होता. आपल्या बायकोच्या वर्तनापेक्षा समोरच्या मसालाकोंबडीत त्याला अधिक चव असल्याचे दिसत होते. पत्नी-मुलाला सोबत घेऊन आपण काही चैन करीत आहोत, असा भावही त्याच्या चेहऱ्यावर नव्हता. उलट त्याच्या काळ्या, खप्पड चेहऱ्यावर लाचारी होती, मिंधेपणा होता. गोग्रास खाणाऱ्या गायीसारखा तो निमूटपणे समोरचे अन्न खात होता. पलीकडे बसलेली स्त्री आणि दोघांमध्ये बसलेले मूल ही आपली पत्नी आणि अपत्य आहेत, याची जाण त्या बापड्याच्या चेहऱ्यावर मुळीच दिसत नव्हती. चेहरामोहरा पाहता, ते मूल या स्त्रीला या पुरुषापासून झाले आहे असे तर मुळीच वाटत नव्हते!

मग?... ही या मुलाची आई आहे यात संशयच नाही; पण हा काही या मुलाचा बाप नव्हे आणि ही बाई कुणा भल्या घरची घरधनीण तरी आहे का? पण तिच्या नजरेत मर्यादा होती. पोशाखात खानदानीपणा होता, रुची होती. ही वेळ आणि हे हॉटेल निवडण्यातसुद्धा तिने माझ्याप्रमाणे रसिकता दाखविली होती. तिचा चेहरा उठवळ बाईचा दिसत नव्हता. तिची नजर सराईत नव्हती. पण मग मर्यादेने आपल्या घरी बसून हे मादक पेय रुचिपूर्वक प्यायचे सोडून ही देखणी बाई इथे का आली होती? मी का आलो होतो?

मला अनुभव हवा होता. चारजणांसारखा चाकोरीतून जगलो, तर मी संपणार होतो. विविध अनुभव हीच माझी शिदोरी होती; तिच्याशिवाय माझा प्रवास मला करता येण्यासारखा नव्हता. भलेबुरे अनुभव जिथे मिळतील, तिथे मला टिपायचे होते. विविध स्थळे आणि विविध माणसे मला हवी होती. जीवनाच्या या फेसाळत्या, फुसंडत्या प्रवाहात मला स्वत:ला फेकून द्यायचे होते. धक्केचपेटे, आदळआपट, चढउतार, अंधारउजेड, लोभत्याग, सुखदुःख, नीतिअनीती हे सगळेच मला हवे होते. तेच मला मिळवायचे होते, त्यातच मला शिरायचे होते. मला आगीत जाळून

घ्यायचे होते आणि पुन्हा सुवर्णपक्षी होऊन उंच उडायचे होते. काहीही झाले तरी मला एक नवा अनुभव मिळणार होता. माझ्या खिशात काहीतरी पडणारच होते. कारण लेखक कधीच तोट्यात नसतो!

बिअरच्या चार बाटल्या हे काही कमी प्रमाण नाही. गणित मांडता येईल.

पहिली बाटली : गंभीर असे सुविचार.

दुसरी अर्धी बाटली : काही गोड स्मृती.

दुसरी संपूर्ण बाटली : सफल प्रेमाच्या स्मृती.

तिसरी अर्धी बाटली : असफल प्रेमाच्या कडवट स्मृती.

तिसरी संपूर्ण बाटली : उदासीनता.

चौथी अर्धी बाटली : काही पापी विचार.

चौथी संपूर्ण बाटली : प्रत्यक्ष पापी वासना.

बाईंच्या पुढचे मद्य संपले होते. त्यांच्या गुलाबी साडीचा पदर चित्रपटातल्या नायिकेसारखा ढळला होता. समोरच्या डिशमधला पुलावा त्या सावकाशपणे खात होत्या आणि मधूनच माझ्याकडे पाहत होत्या. त्यांचे डोळे वाऱ्याशी डहाळी कुजबुजावी तसे कुजबुजत होते. हे हॉटेल आहे आणि आपल्या शेजारी एक मुलगा आणि एक पुरुष आहे, याची फारशी दखल त्यांना नव्हती. काही आठवल्यासारखे करून त्या स्वत:शीच स्मित करीत होत्या. खाली पाहत होत्या आणि पुन्हा टक लावून माझ्याकडे पाहत होत्या. सूर्यास्ताच्या वेळी आभाळावरच्या रंगच्छटा क्षणाक्षणाला बदलाव्यात तसे त्यांच्या फुललेल्या चेहऱ्यावरचे भाव बदलत होते. त्या गंभीर आणि विचारी होत होत्या, रुष्ट आणि लज्जित होत होत्या, अधीर आणि व्याकूळ होत होत्या. स्त्रीसुलभ भावनांचे इंद्रधनुष्य उमलत होते आणि मावळत होते. मोराचा पिसारा फुलत होता आणि मिटत होता.

मोगऱ्याच्या फुलासारखा स्वच्छ पांढरा पोशाख केलेला तरुण, देखणा वेटर पाय न वाजविता माझ्या खांद्याशी आला आणि अदबीने वाकून हलक्या आवाजात म्हणाला, "साब, आप खायेंगे?"

"का नाही? मित्रा, सर्वांत उत्तम असं जे अन्न तुझ्यापाशी आहे ते आण!"

वेटर निघून गेला.

तुटलेले मुके संभाषण पुन्हा चालू झाले....

'किती वेळ असं माझ्याकडे पाहणार आहात?'

'समाधान मिळेपर्यंत!'

'समाधान हा इथं शेवट नाही!'

'इथं शेवट नाही, हे मला माहीत आहे.'

'नाही का? आहे. गुलाबी उषेला जो शेवट असतो, पौर्णिमेच्या चांदण्याला जो शेवट असतो, फुलांच्या उमलण्याला जो शेवट असतो, पाखरांच्या गाण्यांना जो शेवट असतो, तो यालाही आहे....'

'तू फार छान बोलतेस! या मद्यापेक्षा तुझ्या बोलण्यात अधिक धुंदी आहे!'

'तुम्ही अद्याप पुरेसे धुंद झाला नाहीत.'

'तू झाली आहेस?'

'तुमची माझी ओळख नाही. तुम्ही कोण? माझ्याशी ही लगट का करताय?'

'आणखी काही क्षणांनी हाच प्रश्न मी विचारला असता!....'

त्या मुलाने पुढ्यातले आईस्क्रीम संपविले. रुमालाला हात पुसून आईच्या तोंडापुढे तोंड नेऊन विचारले, "हुण चलिये...."

त्या पुरुषाच्या तोंडावर जेवणानंतरचे समाधान आलेले होते. वेटरने समोर ठेवलेले बिल आणि बाईंच्या पुढची पर्स यांकडे तो आळीपाळीने पाहत होता.

माझ्या समोरचे सगळे जेवण अद्याप तसेच होते. मला ते खायला पाहिजे होते.

बाईंनी पर्स उचलली. पैसे बशीत ठेवले. वेटरला बक्षीस दिले. त्यांनी काही मिनिटे माझ्याकडे पाहिले नाही.

मला काही खाल्ले पाहिजे. माझे तर सगळे तसेच राहिले आहे!

"चल बेटा."

मुलगा पुढे, पुरुष मागे, त्यांच्याही मागे बाई. दाराच्या दिशेने तिघेही चाललीत. संपले सगळे? एवढ्यात? मानवी आयुष्याइतकेच हेही चटकन संपणारे होते काय?

ब्रेडचा तुकडा चघळता-चघळता मी त्या पाठमोऱ्या पौर्णिमेकडे पाहतो आहे. ही नुसती गंमतच होती का? का यात काही सत्य होते? सगळे माझ्याच धुंदावलेल्या मनाचे खेळ होते? संपले अंतर! टेबलापासून दारापर्यंतचे पंधरा फुटांचे अंतर संपत आले. मोराच्या तोऱ्याने चाललेली ही रंभा वळून निरोप घेईल का? निरोप नव्हे. खुणेची अंगठी. अनादी असा संकेत?

दार आले.

मुलगा गेला. पुरुष गेला. ही देठासारखी मान वळली. हा अर्थपूर्ण दृष्टिक्षेप आला. दार उघडले. बाहेरचा रस्ता दिसला. नितळ मान, भुरे केस, गुलाबी साडी आणि तांबूस टाचा. दार बंद झाले.

क्षणभरात माझ्या मनात प्रचंड वादळ झाले. मला गेले पाहिजे. हे सगळे इथेच टाकून काही क्षणांत मला बाहेर गेले पाहिजे. या क्षणाच्या पोटी अनंत घडामोडी भरलेल्या आहेत. एका प्रचंड नाट्याची सुरुवात एका क्षणापासून होणार आहे. हा क्षण विलक्षण स्फोटक आहे. मला गेले पाहिजे. मला हात धुतला पाहिजे.

खिशातले पाकीट काढले पाहिजे. वेटरला बिल आणायला सांगितले पाहिजे, मोड घेतली पाहिजे आणि त्वरा करून हे टेबलापासून दारापर्यंतचे अंतर काटून गेले पाहिजे. बाहेर क्षण उभा आहे. अनंत शक्यता पोटात घेऊन तो उभा आहे.

गेला तो क्षण! क्षण गेला, मिनिट गेले, अनेक मिनिटे गेली! सावकाशपणे उठून मी हॉटेलबाहेर आलो.

आता फार-फार उशीर झाला हे माहीत असूनही मी रस्त्याच्या या टोकापासून त्या टोकापर्यंत नजर फिरविली. गुलाबी साडीचा मागमूसही कुठे नव्हता.

तो क्षण हातातून सुटून गेल्यानंतर मात्र सारखी हळहळ वाटू लागली. माझी शंभर टक्के खात्री होती की, बाहेरच्या रस्त्यात ती पंजाबी पुरंध्री काही वेळ रेंगाळली असेल. कदाचित तो मिंधा पुरुष आणि ते लहान पोर घरी पाठवून देऊन ती पलीकडच्या फुटपाथवर एखाद्या दुकानासमोर उभीही राहिली असेल. माझे आटपायचे होते आणि कितीही घाई केली, तरी मला काही मिनिटे लागणारच होती, हे ओळखण्याइतपत ती चाणाक्ष होती. मीठा पान घेण्याच्या निमित्ताने अगर अखबार खरीदण्याच्या निमित्ताने तिने काही मिनिटे इथे आसपास नक्कीच काढली असली पाहिजेत. वरचेवर या रावी हॉटेलच्या ढकलदाराकडे तिची दृष्टी लागली असेल आणि मी बाहेर पडत नाही हे पाहताना ती दुखावली गेली असेल आणि निघूनही गेली असेल.

एक सहजासहजी वाट्याला आलेला अनुभव मी गमावला होता. हे माझे वागणे माझ्या पेशाला पोषक नव्हते.

मला पुन्हा-पुन्हा वाटू लागले की, मी एक फार चांगली संधी गमावली. एक कोडे मी न सोडविता तसेच राहू दिले.

आजवर आपण असेच करीत आलो आहोत. किंबहुना माझ्यासारखे अनेक करीत आहेत. जेवढे ईश्वरदत्त आहे, तेवढ्याचा उपयोग करून काही उत्तम लिहावे आणि पाहता-पाहता संपून जावे. अकाली छाती फुटलेल्या घोड्यासारखे बाद व्हावे, लोकांच्या दयेचा विषय व्हावे, असेच अनेकांचे घडते. कारण ईश्वराने जे दिले आहे, त्याची जोपासना आपणच करीत नाही. आपण जिवाला तोशीस लागू न देता सहजासहजी बघता येईल तेवढे बघतो, धोका पत्करायचे टाळतो. कोटाला माती न लागता आपल्याला खेड्यावर लिहावयाचे असते. आपल्या तीन खोल्यांमध्ये राहूनच वेश्याव्यवसायासंबंधी काही करुण आणि उदात्त असे वाचकांना सांगायचे असते. चारजण पाळतात, त्या चांगुलपणाच्या कल्पना आपल्याला पाळायच्या असतात. आपली बायकामुले यांना आपल्या पेशाविषयी कौतुक असावे, बाहेरच्या लोकांना आदर वाटावा, समाजात एक भला माणूस म्हणून असलेले स्थान तसेच

राहावे, त्याला धक्का बसेल असे काहीच आपल्या हातून घडू नये, याची खबरदारी घेत-घेत आपण करायचे ते करीत असतो आणि बघता-बघता आपल्याजवळचे भांडे रिकामे होते आणि हे सगळे नाहीसे होते.

लेखन हे कधी आपण आयुष्याचे वेड बनविले आहे का? एखाद्या मुसलमानी गवयाप्रमाणे आपले आयुष्य कधी उधळून दिले आहे का? चोवीस तास आपण आपल्या नशेत राहिलो आहोत का? मुळीच नाही! आपण जीवन जगलो नाही; जीवन पाहिले नाही. कारण आपली हिंमत झाली नाही!

जोपर्यंत आपण प्रतिष्ठा, धन, शाश्वती यांना सांभाळायचा प्रयत्न करीत आहोत, तोपर्यंत दिव्य-भव्य असे आपल्या हातून काहीच निर्माण होणे शक्य नाही. एखादा जबरा माणूस व्याकरणाला लाथ मारील आणि भाषेला पुढे नेईल. एखादा कलावंत लौकिक नीतीला लाथ मारील, पण लोकांना अलौकिक नीतीचं दर्शन घडवील. दरवडेखोरही नीतीला ठोकरतो आणि कलावंतही ठोकरतो; पण दरवडेखोर समाजाला खाली नेतो आणि कलावंत समाजाला वर घेऊन जातो!

माझी हिंमत झाली नाही. बंदिस्त अशा हॉटेलात बसून मी पाहावयाचे तेवढे पाहिले. पण यापलीकडे जाऊन काही धोका पत्करण्याची माझी तयारी नव्हती. भर रस्त्यावरून त्या पुरंध्रीच्या संकेतानुसार ती दाखवील त्या दिशेने जाण्यातला धोका घेण्याची माझी तयारी नव्हती.

मला कुतूहल होते. ती कोण आहे, ते मूल कुणाचे आहे, तो पुरुष कोण आहे ही बाई धंदा काय करते आणि कुठे राहते, हे सगळे मला कळायला हवे होते.

हे कळल्यावर मी त्या बाईशी बोलणार होतो. माझ्यासारख्या एका अनोळखी पुरुषाला इतक्या झटपट ओळख कशी दिली? नेत्रसंकेतांना जबाब का दिला? आणि बाहेर जाता-जाता पावती का दिली, हे सगळे मला जाणून घ्यावयाचे होते.

ती बाहेर थांबली होती का? थांबली असली, तर का? माझ्याविषयी एवढे विलक्षण कुतूहल तिलाही कसे आणि का वाटले? हे सगळे मला जाणून घ्यायचे होते.

पण आता वेळ गेली होती. या अफाट शहरात ती पुन्हा मला भेटण्याचा संभव नव्हता. फार तर मी उद्या, परवा आणि तेरवा याच वेळी याच हॉटेलात येऊन बसलो असतो; पण ती येईलच, असा भरवसा नव्हता. मी एक भित्रा पुरुष आहे, हे तिने ओळखले असेल. तिच्या त्या नेत्रकटाक्षानंतर जेव्हा मी बाहेर गेलो नाही, त्याच वेळी तिला कळून चुकले असेल की, हा केवळ काही क्षणांचा खेळ होता. थोडीशी गंमत होती. यापलीकडे काहीही अर्थ त्यात नव्हता.

मला उद्या परत फिरायचे होते तरी पण राहावयाचे ठरविले. उद्याचा दिवस पुन्हा एकवार संधी घेण्याचा निर्णय मी मनाशी घेऊन टाकला. एका चुकीची दुरुस्ती

करण्यासाठी मी माझा मुक्काम थोडा लांबविला. मला सगळे जाणून घ्यायचे होते.

दुसऱ्या दिवशी सकाळी रमेशचंदर कौर या पंजाबी लेखकाकडे जायचे होते. हिंदी संस्कृतीचा अभिमान असलेला तो भला माणूस प्रांताप्रांतामध्ये आपुलकी निर्माण करण्याची खटपट करीत होता. एक मराठी लेखक इथे आला आहे; हे समजताच त्याने आपण होऊन माझी भेट घेतली होती, आणि दुसऱ्या दिवशी आपल्या घरी येण्याचे निमंत्रण दिले होते. त्या निमित्ताने पंजाबी साहित्यातील आणखी काही लेखक त्यांनी बोलविले होते.

सकाळी नऊ वाजता मी पटेलनगर विभागात गेलो. गाडीचा आवाज ऐकताच रमेशचंदर धावत खाली आले आणि मोठ्या अदबीने त्यांनी मला वर नेले. बाकीचे लोक अगोदरच आले होते.

त्या सर्वांनी उठून माझे स्वागत केले. रमेशचंदरजींनी माझी प्रत्येकाशी ओळख करून दिली आणि मी थक्क झालो!

रावीमधली गुलाबी साडी माझ्यापुढे उभी होती आणि रमेशचंदर ओळख करून देत होते –

"तुसी व्यंकटेश माडगूळकर होराँनु मिलो. ओ मराठी साहित्य दे बडे वड्डे कहाणी लेखक है।"

बाई म्हणाल्या, "हांजी, येणा दा ना ते बडा सुन्या ए!"

रमेशचंदर मला म्हणाले, "शी इज वन ऑफ अवर लीडिंग शॉर्ट-स्टोरी रायटर्स – श्रीमती कमला चोपडा!"

म्हणजे? याही अनुभव घेण्यासाठीच रावीत आल्या होत्या?....

■

सुदर्शन, ऑगस्ट १९५७

डाव्या-उजव्या अंगाला ढेकळे वर आलेली राने भर दुपारच्या उन्हात तापत होती आणि नामू सातपुते आपल्या बायकोसहित फुफाट्याची वाट तुडवीत होता.

चालूनचालून नामूचे काटकोळे पाय भेंडाळले होते. खांद्यावरच्या गाठोड्याने मानपाठ अवघडली होती. रट्टे भरून आले होते. नामाच्या अंगातला खाकी सदरा घामाने जागोजागी भिजला होता. भिजली जागा वाळून पांढऱ्या कडा असलेले नकाशे जागोजाग उमटलेले होते. चेहऱ्यावरून ओघळलेले घामाचे ओघळही वरचेवर सुकत होते आणि कपाळावर, गालांवर पांढऱ्या खुणा दिसत होत्या. तोंड इतके वाळून गेले होते की, बोलण्यासाठी ते उघडावे म्हटले, तर उघडेल की नाही, असे वाटत होते. चालण्याची आता हद्द झाली होती! पाठीवरले गाठोडे उभ्याने फेकून देऊन वाटेवरल्या धुळीतच पैस पाय पसरून बसावे, असे नामाला सारखे वाटत होते. पण आता असे बसल्यावर पुन्हा उभे राहणे होईल की नाही, याची त्याला धास्ती होती. ठकलेला बैल एकदा दावणी बसल्यावर पुन्हा उठत नाही, त्याला पायात बांबू घालूनच उचलावे लागते, तसे आपले या आडरानात होईल, असे नामूला वाटत होते. चालण्याने, भुकेने, तहानेने शरीराला कढ येत होते. तरी खाली मान घालून नामू वाट तुडवीत होता.

पवित्रा नवऱ्याच्या मागोमाग सावलीसारखी चालली होती. नवऱ्याप्रमाणेच भले-मोठे बोचके तिच्याही डोक्यावर होते. त्याला वरचेवर डावा-उजवा हात देत ती चालत होती. काकणांचा आवाज सारखा होत होता. नामा मागे वळून पाहत नव्हता. पवित्रेच्या डोक्यावरचे ओझे इतके होते की, तिला खालीसुद्धा पाहता येत नव्हते, वर नजर करता येत नव्हती. पापण्या खाली पाडून ती नवऱ्याच्या मागोमाग चालली होती. तिचे केस घामाने भिजले होते. कुंकू ओघळून गालाकडे वाहत होते. ती इतकी

९

दुबळा

दमगीर झाली होती की, आताचे चालणे हे तिचे नव्हतेच. उतारावरून जाणारी चाके जशी जातात, तशी ती आपोआप नवऱ्यामागोमाग जात होती.

ढेकळे वर आलेली डाव्या-उजव्या बाजूंची राने सावकाश मागे सरकत होती. दगडधोंड्याने, फुफाट्याने भरलेली वाट पाण्याच्या प्रवाहात सोडलेल्या वस्त्रासारखी हलत वळत होती. लांब जमिनीवर टेकलेली आभाळाची कड सारखी दूरदूर जात होती. कधी गाव येईल; आपण पोहोचायचे त्या ठिकाणी पोहोचू, हा विचारसुद्धा मनात येत नव्हता. वरंगळीला लागलेल्या धोंड्याप्रमाणे दोघे नवरा-बायको वाटेने जात होते. वाट आपली लांबतच होती.

नामा सातपुते पहाटे चार वाजल्यापासून असा चालत होता. स्टेशनावर उतरल्यावर फलाटावरच्या नळावर चूळ भरून फक्त एक तंबाखूची चिमट त्याने दाढेखाली धरली होती, आणि तेवढ्यावरच आतापर्यंतचा प्रवास काटला होता. बोचक्यात भाकरी होत्या. शोधायला गेले असते, तर वाटेवर सावली आणि पाणीही मिळाले असते. पण त्या वैतागलेल्या माणसाने एकवार निश्चय केला होता की, आता गावात पोहोचायचे, म्हाताऱ्या मावळणीचे घर शोधून काढायचे आणि मगच काय खाणेपिणे करायचे ते करायचे. जिव्हारी गोळी लागलेले जंगली जनावर जसे झिटीने मैलांमागून मैल काटते, तसा नामा सातपुते कलूसगावची वाट काटीत होता आणि पवित्रा नवऱ्याच्या मागोमाग जात होती. जिवाचे काहीही झाले, तरी तोंडातून हुस्स काढायचा नाही, या निश्चयाने तीही चालत होती.

खरं तर, त्या दोघांनाही इतका कट सोसायची जरुरी नव्हती. अन्नपाण्यावाचून रस्ता काटून शक्य तो लवकर गावात पोहोचावे, असे काही निकडीचे काम नव्हते. आपल्या गावात अनेक वर्षे धडपडूनही अंगभर वस्त्र आणि पोटभर तुकडा न मिळालेली माणसे काय कमी असतात? वैतागाने गाव सोडून, नशिबावर हवाला ठेवून जगायला बाहेर पडणारी जोडपी काय कमी असतात? पण ती अशी जिवाची दैना करून घेत नाहीत. सावकाशीने, उठतबसत गेले असते तरी केव्हा ना केव्हा वाट ही ओसरली असतीच. गाव आले असतेच. तातडीने पोहोचावे असे काय होते?

नामा सातपुते वैतागला होता. त्याच्या या आततायीपणाला वैताग हे एकच कारण होते?

कधीही संपणार नाही असे वाटत होते, ती वाट संपली. कलूसगावची शीव आली. घरे-वाडे दिसू लागले, त्यासरशी नामाचे सारे अवसान नाहीसे झाले. इतका वेळ मंदावली नव्हती, ती त्याची चाल मंदावली. पायात पाय अडकू लागले. अंग

सैल सुटले. गाठोळ्याच्या ओझ्याखाली आपण चेपून जातो आहोत, असे त्याला वाटले. अद्याप वेस ओलांडून गावात शिरायला चाळीस-पन्नास पावले टाकायची होती ती आता पडणार नाहीत, इथेच आपण कोसळू, असे होऊन लटपटत नामा उभा राहिला. त्याने डोळे गच्च मिटून घेतले आणि कोरडे तोंड उघडले. वाळल्या ओठांवरून दोन-चार वेळा जीभ फिरवली. सावकाश तो बोलला, "घटकाभर बसू या का गं? मला तान लागलीय."

बराच वेळ मागून काही शब्द आले नाहीत, तेव्हा नामाने डोळे उघडले. अंग फिरवून पाठीमागे पाहायला त्याला कितीतरी उशीर लागला. पवित्रा कितीतरी लांबली होती. नामाचे शब्द तिच्या कानांवरच पडले नव्हते. नवऱ्यापाशी पोहोचायला तिने कितीतरी वेळ घेतला.

बायको सन्मुख आली तेव्हा मोठ्या कष्टाने नामाने पुन्हा म्हटले, "घर कदी सापडायचं? तवर बसू या का घटकाभर कुटंतरी?"

पण काही बोलण्याअगोदरच पवित्रा मटकन खाली बसली. सावरता-सावरता तिच्या डोक्यावरचे ओझे धुळीत पडले. दोन्ही हातांनी धरित्रीचा आधार घेत पवित्रा म्हणाली, "पाणी पिऊ या की वं आता."

पुढे होऊन नामाने तिला आधार देऊन उभे केले. पडलेले गाठोडे आपण उचलले आणि मवागीपणे तो बोलला, "चल, गाव आलंच की आता."

वेशीत शिरून ती दोघेही गावात आली. गावची अरुंद बाजारपेठ लागली. शिंप्याच्या-वाण्याच्या दुकानांना लागूनच असलेले हॉटेल दिसले. दोन बांबूंच्या कैच्या लावून हॉटेलच्या कपाळापुढे ताडपत्री लावली होती. डाव्या बाजूला विडी-काडीचे दुकान होते. ताडपत्रीच्या सावलीतच नामाने गाठोडी टाकली. पदर कपाळावरून ओढून पवित्रा अधीमधीच अशी बसली. डोक्यावरचा पटका हातात काढून घेत नामा हॉटेलावरील पत्र्याच्या धगीत शिरला आणि डोळे मिटून कोरडा घुटका घेत म्हणाला, "पानी देता का वाईच प्यायला?"

शेव-भज्यांच्या मांडवापाशी लेंगा सद्रा घातलेले एक उंच पोरगे उभे होते. त्याने कपाळावरच्या झिंज्या सावरल्या. पत्र्याचे दोन पेले टेबलावरून उचलले आणि पाण्याच्या पिंपात बुडवून ते नामापुढे केले. दोन्ही हातांता दोन पेले घेऊन नामा माघारी फिरला. गाठोड्याशेजारी खाली मान घालून बसलेल्या पवित्रापुढे एक पेला ठेवून त्याने आपल्या तोंडावरून पाणी फिरविले. खळखळून चूळ भरली. उरलेले पाणी घटाघटा पिऊन माघारी वळलेला नामा आणखी पाणी मागण्यासाठी पेला पुढे करू लागला आणि त्याच वेळी त्याच्या उजव्या बाजूकडून बुरूज ढासळताना होतो तशा आवाजातले शब्द कानी आले, 'कोंच्या गावचा रं तू?"

लक्कन वळून नामाने पाहिले. अरुंद बाकड्यावर कोणी प्रचंड पुरुष बसला होता. आपले जबरदस्त हात त्याने अंगाच्या दोन्ही बाजूंना असे बाकड्याच्या कोरांवर टेकले होते. गुडघे फाकून दोन्ही पाय भुईवर रोवले होते. त्याची छाती पुढे आलेली होती. शिर मागे झुकले होते. तांबड्या-लाल डोळ्यांनी तो नामाकडे बघत होता.

हातात मोकळा प्याला घेऊन उभ्या राहिलेल्या नामाला तो दांडगा माणूस डोंगराच्या कड्यासारखा दिसला. हा इथे बाहेरून येऊन बसला नाहीतर त्या जागीच उगवला आहे, भुईच्या आत त्याच्या मुळ्यांचा पसारा आहे असे नामाला वाटले.

डोक्यावर बादलीफेटा, ओठावर मनगटासारख्या मिशा, अंगात बटणे न लावलेला मलमलीचा अंगरखा, त्याच्यावर निळ्या रंगाचा लोकरी कोट, तांबड्या किनारीचे तलम धोतर आणि पायाशी लागून उभी रोवलेली दोन नळीची बंदूक – हे सगळे पाहताच भीतिने आकसून नामा मुठीएवढा झाला! त्याचे पाय कापू लागले. नजर भुईकडे वळली. धगीपुढे मेण वितळावे तसे त्याचे काळीज वितळू लागले.

बसल्या जागी तसूभरही न हलता त्या पुरुषाने प्रश्न केला, "तोंड न्हाई व्हय रं बोलायला?"

खरोखरीच नामाला बोलायला तोंड नव्हते. समोर बसलेल्या त्या दांडग्या पुरुषाच्या दर्शनाने नामा एवढा आकसला होता की, त्याच्या तोंडातून शब्दच फुटत नव्हते. उंच डोंगरावरून पाहिल्यावर खालचा माणूस जसा चुन्याच्या डबीएवढा दिसतो, तसा नामा या माणसापुढे दिसत होता. नामाला इथे आवाज नव्हता. अंग नव्हते. इथे नामा कुणीच नव्हता. असलाच, तर उगीच लहान किडामुंगी असावी तसा होता. इथे त्याने काय बोलावे? आपण कोण म्हणून ओळख सांगावी? नामाचे नाव-गाव, मोठेपण इथे कुठे दिसलेच नसते! काही न बोलता नामा अंग चोरून उभा राहिला.

मांडापाशी उभ्या राहिलेल्या त्या पोरालाच नामाची दया आली. नामाऐवजी तोच बोलला, "असंल इथलाच कुठला. कामधंदा बघण्यासाठी आला असंल. आपल्या गावाशेजारी कारखाना हाय ना, त्या नादात माणसं येतात."

यावर त्या माणसाने केवळ हुंकार दिला. वळू बैल फुस्कारावा, तसा तो फुस्कारला. पायाशेजारची बंदूक उचलून घेऊन म्हणाला, "जगायला म्हणून भायेरनं येतात आन् गावं नासवतात. असल्या लोकास्नी गावात पाय टाकू दिला न पायजे."

एवढे बोलून तो माणूस डाव्या-उजव्या पायावर सारखा भार टाकीत हॉटेलबाहेर पडला आणि गाठोड्याशेजारी दोन पायांवर बसलेल्या पवित्राला पाहून उभा राहिला.

पवित्रा खाली मान घालूनच बसली होती, तरी पाषाणात खोदलेल्या शिल्पासारखी ती आकृती पाहून तो माणूस उभा राहिला. तोंड दिसले नाहीतरी रूपाचा अदमास घेण्यापुरता पवित्राच्या अंगाचा भाग दिसत होता. तिचे लहानसर गोरे पाय दिसत

होते, हात दिसत होते, लांबसडक मऊ बोटे दिसत होती.

गर्दन फिरवून हॉटेलात उभ्या राहिलेल्या नामूला त्या माणसाने प्रश्न केला, "बायकू काय रं तुजी?"

नामाच्या तोंडून होकार निघाला नाही. त्याच्या दमगीर चेहऱ्यावरचे स्नायू फक्त हलले. डोळ्यांची उघडझाप झाली. पण तेवढ्यावरून या भित्र्या माणसाने आपल्या प्रश्नाला होकार दिला आहे, एवढे प्रश्न विचारणाऱ्याला उमगले.

"पोरबाळ काय दिसत न्हाई?"

यावरही स्पष्ट नकार नामाकडून आला नाही. तो येण्याची आवश्यकताही त्या माणसाला वाटली नाही. हुंदका दिल्यासारखा हसून वळला आणि सावकाश निघून गेला.

नामा सावकाशीने बाकड्यावर बसला. दोन्ही हातांच्या तळव्यांनी त्याने आपले तोंड चोळले. अंगरख्याच्या पाख्याने वारा घेतला. त्याची छाती अद्याप धडधडत होती. त्याचा सोशीक आणि गरीब चेहरा काळवंडून गेला होता. पोराकडून पाणी मागून घेऊन त्याने पुन्हा दोन पेले संपविले. धोतराच्या सोग्याने तोंड पुशीत हलक्या आवाजात पोराला विचारले, "पाटील काय?"

मान हलवून नकार देत पोरगे म्हणाले, "पाटील दुसराच हाय."

"मग हे कोण?"

"हे भगवंतराव."

यापेक्षा जास्ती खुलासा करण्याची पोराची काही इच्छा दिसली नाही. नामाकडे पाठ फिरवून तो पेले विसळू लागला.

नामाला फार भीती वाटली. मघापासूनच तो भ्याला होता. पण आता एकाएकी भीतिची एक उंच लाट आली. गडबडीने हॉटेलबाहेर येऊन नामाने दोन्ही गाठोळी उचलली आणि इशारत म्हणून एखाद्याला पळ म्हणावे, तसे तो बायकोला म्हणाला, "हां, चल!"

आपल्या म्हाताऱ्या मावळणीचे घर शोधून काढायला नामाला फार वेळ लागला नाही. अरुंद बोळांतून सांडपाण्याचे ओघळ ओलांडून ती दोघे नवराबायको लवकरच कौलारू घरापाशी आली. नामाची म्हातारी मावळण उंबऱ्याशी बसून काही बडबडत होती. चौकटीला लागूनच असलेल्या तिच्या दुकानाच्या फळ्या लावलेल्या होत्या. नवऱ्याच्या माघारी तिने आपली जमीन विकून कुणबावा मोडला आणि किराणा मालाचे लहानसे दुकान घातले. पोटाला मूलबाळ नसलेली ही बाई अनेक दिवस या धंद्यावर गुजराण करीत होती. पण अलीकडे तिच्या दोन्ही डोळ्यांना नीट

दिसत नव्हते. गूळ तोलायचा म्हटले तरी तराजूचा काटा कुठे आहे, हे तिला गिऱ्हाइकाकडूनच विचारून घ्यावे लागे. हरबऱ्याची डाळ कोणती आणि तुरीची कोणती हे बोटाने चाचपून पाहूनही तिला नीट उमगत नसे. मापातले तेल गिऱ्हाइकाच्या बाटलीत ओतताना पसापसा तेल खाली सांडत असे. हे फार होऊ लागले, तेव्हा म्हातारीने दुकान बंद केले. जवळ होता तो पैसाअडका मोडून खात ती आता शेवटचे दिवस मोजीत होती. शेजाऱ्यापाजऱ्याची लहान मुलगी बोलावून, तिला खाऊपिऊ घालून ती आता आपली कामे करून घेत होती. गाठीशी दोन पैसे होते, तोवर लोक उपयोगीही पडत होते. पण असे फार दिवस चालणार नव्हते. जवळच्या पैशाचा आणि उरलेल्या आयुष्याचा ताळेबंद करणे जड होते. म्हातारी वरचेवर पैसे मोजून पाहत होती आणि यात किती दिवस जगता येईल, याचा हिशेब करीत होती. आता तिला वर्षा-दीड वर्षांच्या पुढे जगता येणार नव्हते.

वाकल्या चौकटीतून नामा आत शिरू लागला, तेव्हा डोळे बारीक करून म्हातारीने विचारले, "कोन घरात शिरतंय त्ये?"

नामू मऊ आवाजात म्हणाला, "मी नामा आलोय टाकळीसनं, आत्या. वळकलं न्हाईस का?"

दात नसलेले तोंड उघडे ठेवून म्हातारीने एकदम दोन्ही हात उभ्या राहिलेल्या नामाकडे केले. कापऱ्या आवाजात ती म्हणाली, "अरं बाबा! अरं, माज्या लेकरा!"

नामाने गाठोडी टाकली आणि पायांवर डोई ठेवून त्याने म्हातारीचा आशीर्वाद घेतला. म्हातारीने त्याला पोटाशी धरले आणि वरचेवर आपला मऊ, जीर्ण हात त्याच्या तोंडावरून, पाठीवरून, डोक्यावरून फिरविला. तिचा खालचा ओठ थरथरू लागला. डोळे पाण्याने भरले.

"बाबा माज्या, कसा रं आलास? सोन्या माज्या, किती रं दिवसांनी भेटलास!" असे ती वरचेवर म्हणत राहिली.

त्या दोघांकडे पाहत उभ्या राहिलेल्या पवित्रालाही कसे गलबलून आले. म्हातारीची ही माया पाहून आपण अगदीच परक्या गावात येऊन पडलो नाही, आतड्याचे असे कोणी माणूस इथे आहे याची जाणीव होऊन तिला धीर आला. धीर आला आणि वनवासाला निघालेली, थकलेली, भुकेलेली पवित्रा म्हातारीच्या शब्दाने कशी विरघळून गेली.

म्हातारीचा आवेग अद्याप ओसरला नव्हता. नामा म्हणाला, "आमी दोघंही आलुया. आत्ते, बायकूबी आलीया."

त्यासरशी पवित्रा पुढे झाली आणि तिने म्हातारीच्या पायांवर डोके ठेवले. तिला जवळ घेऊन म्हातारीने आलाबला घेतला. पवित्राची हनुवटी उचलून तिचे तोंड

न्याहाळीत ती म्हणाली, ''लगीन झालं तुजं, तवा बघितली हुती बग. तवा मला डोळं हुतं गं. बरं झालं आलीस, माज्या चिमने!''

गाठीभेटी झाल्याचा हा आनंद ओसरून जायला चांगला तासभर लागला. नामाच्या वडिलांच्या, नामाच्या आईच्या आठवणी काढून म्हातारी सारखी गहिवरत होती. मधूनच तिला आपल्या नवऱ्याची आठवण येत होती. गुराढोरांनी भरलेले गोठे, धनधान्यांनी भरलेले घर, सणासुदीचे दिवस, लग्नातली वाजंत्री, असले काहीबाही जुने तिला आठवत होते. ते सगळे कसे आता ओसरून गेले होते. पाणी आटून गेले होते आणि कोरडे भगभगीत वाळवंट तेवढे राहिले होते. जुनी माणसे केव्हाच नाहीशी झाली होती. सुखसमाधान नाहीसे झाले होते. नाती दुरावली होती. गाठीभेटी दुर्मीळ झाल्या होत्या. कशात काही राहिलेच नव्हते!

''नामुराया, थोरला कुटं रं असतो आता?''

''गनादादानं गाव सोडून लई दी झालं, आत्ती.''

''अगाई, कुटं रं गेला?''

''मंबईला गेला पयला एकलाच. काम लागलं तकडं, मग बायकापोरं न्हेली. वाट्याची जिमीन, घर – सगळं इकून टाकलं त्येनं. काय ठिवलं न्हाई.''

''सगळं इकलं म्हनतोस?''

''पाक इकलं. मस्त त्याला सांगटलं, गावच्या लोकांनी सांगटलं, पर ऐकलंच न्हाई.''

''आन् इकून काय रं केला पैका? मंबईत जलम काढतोय व्हय?''

''न्हाई. त्याला बायकूकडनं आधार घावला. त्येची बायकू मिरजंकडची हाय. तिच्या बानं काय म्हनं, त्येला नदीकाठची जिमीन बगून दिलीय. या बिनपान्याच्या घडशी मुलकापरीस त्यो मुलूख चांगला हाये, म्हनं. तकडंच जिमीनजुमला, घरदार करायचा त्यो आता. माघारी कशाला येतुय हिकडं!''

म्हातारी सुस्कारा सोडून म्हणाली, ''काय बाबा, एकदा मानसाची बुध फिरली, म्हंजे कशी फिरंल ते सांगायला येत न्हाई!''

''व्हय की, पर इतकं बी करनं बरं न्हाई. ते कडंपतूर निबत न्हाई. आपली मानसं, आपला मुलूख केलंय, ते काय खोटंच व्हय?''

''अन् तुज्या चुलत्याचं कसं चाललंय रं? बरं हाय का?''

''हाय बरंच म्हनायचं!''

''त्येची पोरंबाळं – हायेत बरी?''

''व्हयऽऽ. कुनबावा वाढिवलाय आता. सा बैलं हायेत.''

''तू हिकडं जातो म्हनून सांगटल्यावर काय बोलला?''

“काय आमचं त्येचं इक्तं बरं न्हाईच बघ. आमी हे असं खालच्या वाऱ्याला लागलेलो, अन् त्येच्या घरात लक्ष्मी शिरल्याली. त्येची रानात वस्ती, आमी गावात. बरं, ती वळख नसल्यावानी दावत्यात, तर आपन कशाला जायाचं बळंच चिटकायला?”

“व्हय रं माज्या लेकरा, अरं आता मायाच राहिली न्हाई बग मानसांपाशी.”

नामा-म्हातारी बोलत होती आणि पवित्राची उगीचच चुळबुळ चालली होती. चूळ भरायची, भाकर-तुकडा खायचा, सगळं राहूनच गेलं होतं. नवऱ्याचा चेहरा कसा वाळून गेला होता, पाय धुळीने कसे नडगीपर्यंत माखले होते.

मग खालच्या मानेने ती हळूच म्हणाली, “घागर आनायची हाय काय पान्याची वड्यासनं? हातपाय धुयाला पानी लागंल आता!”

म्हातारीला ही सूचना कळली. ती म्हणाली, “हाय बाई, केळी आनलेली सकाळी शेजारच्या पोरीनं. मला काय आता हिरीवर जायला दिसत न्हाई बग. कवाशीक निगाला हुता गं? आंगुळी, जेवन, सगळं हुयाचं आसंल तुमचं. उठा, पानी हाय बग केळीत!”

मग पडत्या फळाची आज्ञा घेऊन पवित्रा उठली. नामाही उठला.

रात्री जेवणेखाणे उरकून तिघांनी जमिनीला पाठी लावल्या तरीही बोलणी संपली नाहीत. फार दिवसांनी गाठी पडल्या होत्या. म्हातारीला आपली अशी माणसं फार दिवसांनी भेटली होती. नामालाही काय सांगू आणि काय नको असं झालं होतं. पवित्राचे डोळे झोपेने जडावले होते, तरीही अधूनमधून ती बोलण्यात भाग घेत होती. नामा मनातले सगळे म्हातारीला सांगत होता, “आन् आत्ती, असं बग – आन् आत्ती, तसं बग –” असं म्हणून तो आपली हकीगत सांगत होता.

भावाभावांच्या वाटण्या कशा झाल्या, थोरल्या भावाने आपल्याला टाकून कसे दिले, बैलाअभावी आपला कुणबावा कसा बसला, नांगरट, खतपाणी नसल्यामुळे पदरात होती, ती थोडीशी जमीन कशी वाया गेली, रोजगार कसा करावा लागला, वैऱ्यावर येऊ नयेत असे प्रसंग गेल्या पाच-सहा वर्षांत आपल्यावर कसे आले, त्यात जमीन कशी गेली – सगळे नामाने म्हातारीला सविस्तर ऐकविले.

म्हातारीने ‘अगाई!’, ‘हात् त्येचं मढं गेलं!’, ‘व्हय रं माज्या लेकरा!’ असे म्हणून नामाची कहाणी मायेने ऐकून घेतली.

कोनाड्यातला लामणदिवा तेल संपल्यामुळे विझून गेला. कौलारू घर काळोखाने भरून गेले. बोलता बोलताच पवित्रा झोपून गेली. तरीही त्या तसल्या काळोखात म्हातारी आणि नामू बोलत होती. चेहरे दिसत नव्हते; पण आवाजात होणाऱ्या फरकामुळे कुणाला काय वाटते आहे, हे कळत होते. झोपेने जड झालेले आणि

भावनेने थबथबलेले ते संभाषण कितीतरी वेळ चालले होते.

"मग बघ आत्ती, मनाशी इचार केला, हिकडं यावं. कशी तरी तू हायेस. निवारा हाये. खटपट करून बघावी. काम लागलं तर मिळंल, ती कोर-अर्धी सगळी जणं मिळून खाऊ. तुला आमचा आधार होईल, आमाला तुजा होईल. आन् जिवाचा धडा करून गाव सोडलं. म्हनलं, अशा एकदा कवड्या टाकून बगू. पडलं दान पाहिजे तसं, तर बरंच; न्हाई तर बुडलो आहेच!"

"तसं रं का? मिळंल काम; दोन दिवसानं जाऊन कारखान्याच्या सायेबाला भेट. त्येचं पाय धर. मिळंल काम. सगळं रांकेला लागंल."

"लागंल?"

"न लागायला काय झालं? अरं, दिवस काय, ऱ्हात न्हाईत."

म्हातारीने काळोखात दिलेला हा धीर ऐकून नामाला किती बरं वाटलं! अद्याप कशात काहीच नव्हते, किती दिवस जगता येईल, याचा हिशेब करीत राहिलेल्या म्हातारीच्या कौलारू घराखाली येऊन नामा नुकता कुठे विसावला होता; पण तेवढ्यानेच त्याला आता सुटलो, असे वाटू लागले होते. म्हातारीचे धीराचे शब्द ऐकूनच त्याला आता आपला वनवास चुकला, सगळे कसे शिस्तीत लागले, असे वाटले होते. सगळा गुंता सुटला होता.

एका अंगावर होता, तो नामा उताणा झाला. तोंड उघडून त्याने मोठा सुस्कारा सोडला. अंधारातच दोन्ही हात वर आढ्याकडे केले, दोन्ही पाय ऐसपैस असे फाकले. अंगाच्या दोन्ही बाजूंना दोन्ही हात जमिनीवर टाकत तो बोलला, "पांडुरंगा, हरि इट्टला!"

नामाला इतके मोकळे वाटत होते, सुखाने त्याचे मन इतके तुडुंब भरले होते की, शेजारी म्हातारी जागी आहे, पवित्रा केव्हाच झोपून गेली आहे, बरीच रात्र झालेली आहे, हे सगळे तो विसरला. गोगलगाय कवचात शिरून स्वस्थ पडते, तसा पडून राहिला.

म्हातारीने हळूच विचारले, "झोप आली काय रं बाळा?"

"न्हाई, जागाच हाय."

"बोलायचा गप झालास एकाएकी, तवा मला वाटलं, झोप लागली."

"न्हाई, हाय जागाच."

"पोरगीला झोप लागली बग. दमली आसंल दिसभर चालून चालून."

एवढं म्हणून म्हातारी थोडी गप्प झाली आणि पुन्हा एकाएकी आठवण झाल्याप्रमाणे म्हणाली, "पोरबाळ काय झालंच न्हाई, का होऊन गेलं रं?"

"न्हाई, काय झालंच न्हाई अजून."

म्हातारीच्या प्रश्नाला नामाने असे उत्तर दिले आणि त्याला धसका बसला. गुंगीतून जाग्या झालेल्या आजाऱ्यासारखे त्याचे झाले. सगळे दुखणे बळ करून उठले.

“हा भगवंतराव कोन गं गावातला?”

“बया गं! कशाला नाव घेतलंस राती त्याचं!”

म्हातारीच्या स्वरातली भीती लगेच नामापर्यंत आली.

“वाईट मानूस हाय का?”

“हत्तीला वडाळ कुनी म्हनावं? सगळ्या पिरतिमीत दबदबा हाय त्याचा. तोंडामाघारी शेंबडं पोरसुद्धा थुंकतंय नावावर; पर तोंडावर कोन बोलनार? आसुरासारका मातलाय रं बाबा, तो... देवालाच अवतार घ्यावा लागंल बघ, त्याच्या छातीवर बसायला!”

नामाने पाय जुळवून घेतले, दोन्ही हात छातीवर घेतले. गारठा सुटला आहे, अंगावर काही पांघरूण घेतले पाहिजे, असे वाटून त्याने पायाशी असलेली वाकळ छातीपर्यंत ओढून घेतली.

म्हातारीने काळजीयुक्त आवाजात विचारले, “तुला कुनी सांगतलं त्याचं नाव?”

वाकलेल्या ओझ्याखाली दडपलेल्या छातीने नामा बोलला, “हाटेलात दिसला त्यो आज मला. दांडगा मानूस दिसतो.”

“आसंना का! आपण काय केलंय त्येचं? दांडगा असला तर गावाला!”

म्हातारी असे म्हणाली आणि संभाषण एकाएकी थांबले. म्हातारी उशीरपर्यंत काही बोलली नाही. नामाही बोलला नाही. पवित्राच्या श्वासाचा आवाजच तेवढा काळोखात येत राहिला. रात्र चालता चालता एकदम थांबली आणि कशाचा तरी सावट घेऊ लागली!

म्हाताऱ्या आबई वाणिणीकडे तिचा भाचा आला आहे आणि त्या काटकुळ्या माणसाची बायको कशी रूपवान आहे, ही गोष्ट गावात कळायला दोन दिवससुद्धा लागले नाहीत. म्हातारीच्या शेजारपाजारणींनी चौकशी केलीच; पण कधी घरी न येणाऱ्या बायकासुद्धा सहज म्हणून आल्या आणि माहिती काढून गेल्या. सहज चौकशी करावी तशी त्यांनी चौकशी केली; नातेगोते, होय नव्हे, माहिती करून घेतले. धुण्यापाण्याच्या निमित्ताने पवित्राला बाहेर पडावेच लागत होते आणि बाहेर पडायचे म्हणजे रूप घरी ठेवून काही जाता येत नाही.

सकाळ-संध्याकाळ नामा चावडी-देवळांपुढे जाऊन आला आणि तिथेही त्याची चौकशी झालीच. कोण, कुठला, कशासाठी आलाय हे बऱ्याचजणांनी त्याला विचारून घेतले. अशा चौकशीला द्यावी लागतात तेवढी उत्तरे नामाने दिली.

गावातल्या त्या हॉटेलाकडे मात्र जाण्याचे नामाने टाळले. न जाणो, भगवंतरावाची पुन्हा भेट व्हायची! पहिल्या धडाक्यालाच त्या माणसाची नामाने फार भीती घेतली

होती. सरकारदरबारी वजन असलेल्या त्या माणसाने फटकन 'या गावात राहू नकोस', असे सांगितले तर काय करायचे? त्याच्या इच्छेविरुद्ध गावात राहणे कठीणच होते. याच गोष्टीची भीती नामाच्या मनात होती. म्हातारीने जरी धीर दिला होता, भगवंतरावाच्या अध्यातमध्यात जरी नामा नव्हता, तरी त्याला एकवार धसका बसला होता. एखादा फरारी हिंडावा तसा नामा भगवंतरावाच्या भीतिने गावातून बाचकत-बाचकत हिंडत होता. आपण कायम राहण्यासाठी इथे आलो आहोत, कारखान्यात नोकरी मिळविण्याच्या खटपटीत आहोत, ही गोष्ट तो कुणापाशी बोललाच नाही. सहज म्हातारीला आढळण्यासाठी म्हणून आपण आलो आहो, चार-आठ दिवस राहून पुन्हा गावी जाणार अशीच लोकांची भावना त्याने करून दिली.

लोकांची काहीही भावना करून दिली तरी नोकरी बघणे नामाला प्राप्तच होते. त्याचसाठी तो इकडे आला होता. उगीच एके दिवशी त्याच्या मनाला वाटले होते की, कलूसगावला आपली मावळण आहे, कलुसापासून सहा मैलांवर लोखंडाचा मोठा कारखाना आहे, आजूबाजूच्या गावचे लोक तिथे कामाला आहेत, एखादे काम आपल्यालाही मिळाले तर मावळणीकडे राहू, तिला सांभाळू, आपणही दोन घास खाऊ. नाही काम मिळाले तर डोंबाऱ्यासारखे आणखी कुठे जाऊ. जिथे उजाडेल, तिथे उजाडेल. यापुढे स्वत:च्या गावात असे राहायचे नाही! या अविचारासारख्या विचारानेच नामाने गाव सोडले होते. नशीब चांगले म्हणून म्हातारीने त्याला घरी ठेवून घेतले होते, धीर दिला होता. वनवास भोगण्याच्या तयारीने निघालेल्या नामाला ऊबदार घर मिळाले होते. हे सगळे खरे असले, तरी काम हे पाहिलेच पाहिजे होते.

रोज सकाळी गावातून चाळीसभर माणसे पायीपायी, नाही तर सायकलीने अशी कामाला कारखान्यात जात होती. साडेचार-पाचच्या सुमाराला माघारी येत होती.

म्हातारीची ओळख सांगून नामाने एका कामगाराशी घसट केली. 'काय वाटेल ते करा, पण मला तिथल्या एखाद्या साहेबापुढे नेऊन उभे करा, पुढचे मी बघतो,' असे म्हणत तो त्या कामगाराच्या अगदी मागेच लागला. बाहेरचा कोणीही माणूस कारखान्याच्या आवारात जायचा म्हणजे परवानगी आधी काढावी लागते, कोणताही साहेब तुझी गाठ घेणार नाही, असे त्या भल्या माणसाने नामाला वरचेवर सांगितले; पण नामा ऐकच ना. काकुळती येऊन तो सारखा पटापटा पाया पडू लागला तेव्हा त्या कामगाराला मोठे अवघडल्यासारखे झाले. काहीतरी सांगायचे म्हणून त्याने सांगितले की, अगोदर मी चौकशी करतो, परवानगी काढतो; मग तुम्हाला सांगेन. ज्या दिवशी त्या कामगाराने असे सांगितले, त्या दिवशी कारखान्याकडून येणाऱ्या

वाटेवर नामा जाऊन बसला.

लोखंडाचा तांबडालाल रस, सतत धगीने भरलेले वातावरण इंजिनाचा आणि लोखंडाचा सतत कान किटविणारा आवाज, फिरणाऱ्या चक्रांची गती, धातूधातूच्या घर्षणाने उडणाऱ्या ठिणग्या, यातून बाहेर पडून कामगार आपल्या खेड्याकडे घराच्या ओढीने येत होते. गावाबाहेरच्या एका लहानशा पुलावर नामा वाट पाहत होता. त्याच्या समोरून भराभर सायकली जात होत्या. अखेर नामाच्या ओळखीचा कामगार दिसला, तेव्हा पुलाच्या कठड्यावरून उडी घेऊन नामा रस्त्यावर आला. समोरून येणाऱ्या कामगाराला आडवा होऊन त्याने विचारले, "का हो? केली का चौकशी?"

धोतराला क्लिपा लावलेला तो कामगार सायकल थांबवून खाली उतरला. त्याचा चेहरा बघून नामाला वाटले की, काम काही झालेले नाही!

"विसरला?"

"नाही हो, विसरलो नाही. थोरल्या मालकास्नी मी काही विचारलं नाही, पण आमच्या खात्यावर जे साहेब आहेत, त्यांना विचारलं."

एवढेच बोलून कामगार गप्प राहिला. नामाचा चेहरा पडला.

"न्हाई म्हणालं?"

"नाही, नाही म्हणालं. त्यांनी सांगितलं, आणखी महिनाभरानं त्याला घेऊन ये. तूर्त कुठे जागा नाही. महिन्यानंतर मात्र नवीन माणसं लागतील."

"म्हणजे आशेला जागा आहे?"

"हो तर. उगीच आशा लावणारा माणूस नाही आमचा साहेब. फार चांगला माणूस आहे. काही होण्यासारखं नसतं, तर त्यानं चक्क तसं सांगितलं असतं. मी सांगितलं साहेब, माणूस परगावास्नं आलाय, त्याला राह्याला सांगू का? तर म्हणालं, राहा म्हणावं. बघू काय करायचं ते. महिना आपला त्यांनी सांगितलाय. पण त्याच्या आतसुद्धा काम होऊन जाईल तुमचं!"

"फार मेहेरबानी होईल, बघा!"

"काय घोर करू नका. लागून जाईल तुमाला काम. जाऊ का मग मी पुढं?"

"जा, मी येतो चालत."

सायकलवर टांग टाकून कामगार निघून गेला. पुलाच्या कठड्यावर पाय खाली सोडून नामा उगीच बसून राहिला.

आता सगळे कसे जमत आले होते. फार काळ त्रास भोगल्यानंतर नामाला आता सुखाचे दिवस दिसणार होते. एक महिना काय, आत्ता जाणार होता! आता म्हातारीचा आधार तरी मिळाला होता. जवळ होते, त्या दोन-पाच पैशांवर आणि

म्हातारीच्या आधारावर, महिना कटणे काही कठीण नव्हते. आणि समजा, कठीण आहे तरी तो कटलाच पाहिजे! गावात मोलमजुरी करून आठवड्याला पाच-दोन रुपये मिळवणे अशक्य नव्हते. दोघा नवराबायकोंनी काम करून काही मिळवायचे, मिळेल ती ओलीवाळली भाकरी खायची. इतके दिवस काढले तसा आणखी एक महिना काढायचा. एक महिना! एकदा काम लागले की, मग चिंता नाही. सुरुवातीचे काही महिने कारखान्यापर्यंतची खेप रोज चालत करायची. बघून-बघून एक जुनीपानी सायकल घ्यायची. सकाळी डबा घेऊन कामावर जायचे आणि चार वाजता कारखाना सुटला की, सायकल वाऱ्यासारखी सोडायची! आपण आपली बायको आणि म्हातारी आनंदाने राहायचे. कुणाचे एक नाही, दोन नाही!

एकवार रांकेला लागू लागले की, सगळे जमत जाते. कधी घडणार नाहीत असे वाटते त्या गोष्टीसुद्धा घडून येतात. कुणी सांगावे, पवित्राला गर्भसुद्धा राहील! घरात पाळणा हालेल! आनंदीआनंद होईल! आजवर भोगलेल्या वनवासाचे सार्थक होईल!

देवा पांडुरंगा, असे घडू दे. माझे एकवार रांकेला लागू दे! लागेल! सगळे रांकेला लागेल. इतके दिवस आशाच नव्हती, पण आता तसा रंग दिसू लागला आहे. देवाने माझे भले करायचे मनावर घेतले आहे असे वाटते!

दिवस मावळून झापड पडली. आभाळात चांदण्या दिसू लागल्या. रस्त्यावरून होणारी गुरामाणसांची वर्दळ केव्हाच थांबली होती. गावात दिवे दिसू लागले होते. नामा भानावर आला. पातळ चांदण्यांतून, झाडाझुडपांतून, सावल्यांतून झपाझपा पावले टाकीत तो घराकडे निघाला. पुढे दिसणारे सुख पाहून त्याला आज कितीतरी समाधान झाले होते.

आपल्या तंद्रीतच नामा घरापाशी येऊन पोहोचला आणि त्याच्या ध्यानात आले. घराचे दार पुढे केलेले आहे. फटीतून उजेड येत होता. दाराला कुलूपही नव्हते. दार पुढे करून म्हातारी आणि बायको कुठेतरी बाहेर गेल्या काय? नामाने दाराला धक्का दिला. दोन फळ्यांचे ते दार थोडे आत गेले आणि त्यासरशी आतून म्हातारीचा आवाज आला, "कोन हाये?"

"मी गं, कडी काढ."

म्हातारीची पावले वाजली. दार चाचपून तिने कडी काढली.

"एकटीच हायेस तू – ही कुठं भायेर गेली काय?"

दार पुन्हा लोटून परत भिंताडाकडे जात म्हातारी बोलली, "कुटं जातीया राती अंधाराची? हाय चुलीम्होरं."

"कडी घातली म्हनून म्हटलं."

पटका काढून नामा माजघराच्या उंबऱ्याला टेकून बसला. उल्हासाने म्हणाला,

"काम लागंल, असं वाटतंय मला कारखान्यात. चौकशी केली आज, तर लवकरच मानसं भरायची हायेत म्हणून बातमी लागली."

म्हातारी म्हणाली, "व्हय? बरं झालं."

म्हातारी असे म्हणाली, पण या बातमीने तिला काही विशेष आनंद झाल्याचे दिसले नाही. निराळ्याच विचाराने चिंतामग्न झालेले माणूस जसे दुसऱ्याच्या बोलण्याला होकार देते, तसा तिने होकार दिला. नामाला काही वेगळेच वाटले. उंबऱ्यावर ठेवलेल्या लामणदिव्याच्या उजेडात नामाने म्हातारीकडे टक लावून पाहिले. भिंतीचा आधार घेऊन ती वाकून बसली होती. तिचे दोन्ही गुडघे उभे होते. दोन्ही हातांनी डोके धरून ती आंधळी म्हातारी अवघडून बसली होती. उंबऱ्यापलीकडे वाकून नामाने आत पाहिले, तर चुलीवर धडाधडा जाळ चालला होता आणि पवित्रा गालावर हाताचा मुटका टेकून निश्चल बसली होती.

नामाचे काळीज हलले. अंधाराच्या वेळी दाराला कडी लावून या दोन्ही बाया गप्प का बसून राहिल्या आहेत? घरात हालचाल नाही, बोलणे नाही. म्हातारी न बोलता बसायची नाही, पवित्रा हालचाल करायची राहायची नाही. सगळे असे सामसूम का? मघा दरवाजा वाजताच 'कोण आहे?' म्हणून म्हातारीने का विचारले?

कोणी हालचाल करील, बोलेल म्हणून नामाने वाट पाहिली. कोणी हलले नाही, तिघेही तिन्हीकडे गप्प राहिले. ती शांतता नामाच्या अंगावर आली. काय झाले आहे हे त्याला कळेना. काहीतरी झाले होते हे नक्की. कशाने तरी घर हलले होते. कोणी बोलेना, काही कळेना तेव्हा धीर करून नामाने म्हातारीला विचारले, "का गं, गप्प का?"

वातावरणाचा परिणाम इतका झाला होता की, नामाच्या आवाजातसुद्धा भीती आली होती.

म्हातारी सुस्कारा सोडून सैलपणे बोलली, "काय न्हाई."

पण त्या 'काय न्हाई' म्हणण्याने, त्या सुस्काऱ्याने, म्हातारीच्या त्या अवघडून बसण्याने नामाला सांगितले की, काहीतरी घडून गेले आहे. घडली गोष्ट पुन्हा बोलून दाखवायलासुद्धा नको वाटते आहे. काहीतरी वाईट बातमी कळली आहे.

घरात इतकी शांतता झाली की, कुणी मोठ्याने श्वास सोडलेलासुद्धा ऐकू येऊ लागला. अवघडल्या हातापायांची हालचाल फार सावकाशपणे होऊ लागली.

पवित्रा चुलीपुढून उठून पाय न वाजविता उंबऱ्यापाशी आली. हलकेच दिवा उचलून तिने आत नेला. दोन पाने वाढली. पाण्याने भरलेला तांब्या नामाच्या पुढे ठेवला. म्हातारीजवळ जाऊन तिच्या हाताला धरीत पवित्रा हलकेच बोलली, "चला जेवायला –"

आंधळ्या म्हातारीला पवित्राने हाताला धरून आत नेले आणि पानावर बसविले. नामा चूळ भरून पानावर बसला. दोघेही जेवू लागली. तोंडाच्या आवाजाशिवाय आणखी कसला आवाज होत नव्हता. चुलीतले लाल इंगळ विझत चालले होते आणि ती ऊब घेत पवित्रा हनुवटीला हाताचा आधार देऊन गप्प बसली होती.

म्हातारीचे आणि नामाचे जेवण झाले. दोघे उठून बाहेरच्या पडवीत गेली, तशी पवित्रा नवऱ्याच्या उष्ट्या ताटात बसून एकटीच जेवली. भराभरा तिने आवराआवर केली. वाकळा, घोंगडी टाकून नामा आणि म्हातारी अंथरुणावर बसली. आवरून होताच पवित्राने पार एका कोपऱ्यात घोंगडे टाकले. दिव्याला निरोप दिला. गडद काळोख झाला.

बऱ्याच वेळाने वळचणीतली पाल बोलली. म्हातारीने 'कृष्ण... कृष्ण, सोन्याची वाचा,' म्हटले. अधूनमधून तिघेही या अंगावरचे त्या अंगावर होत. प्रत्येकाला वाटे, दुसरी दोघे झोपली आहेत; पण झोपा कुणालाच लागल्या नाहीत.

नामाने हळूच हाक मारली, "आत्या –"

ओ, आली नाही, तेव्हा पुन्हा थोड्या वरच्या आवाजात त्याने हाक मारली, "झोप लागली काय गं आत्या?"

दचकल्यासारखे करून म्हातारीने विचारले, "आं? मला हाक मारलीस, नामा?"

"व्हय, काय झालं ग? तुमी दोघीबी अशा गप्प का होता मघापासनं?"

सगळे बोलणे अगदी हलक्या आवाजात चालले होते. पवित्रा टक्क डोळे उघडे ठेवून बसली. म्हातारी बसल्या बसल्याच सरकत पुढे येऊ लागली. नामाचा श्वास जोरात होऊ लागला. भुई चाचपत म्हातारी नामाच्या अंथरुणावर आली. चाचपूनच तिने नामाचा हात आपल्या जीर्ण हाताने घट्ट धरला. तिचा हात गार आहे आणि तो थरथरतो आहे, हे नामाला कळले. कानात जीव आणून नामा ऐकू लागला.

म्हातारी म्हणाली, "नामा, आज भगवंतराव आपल्या घरी येऊन गेला."

नामाच्या अंगावर झर्रकन काटा आला. श्वास रोखून त्याने घुटका गिळला. रोखलेला श्वास तोंडाने सोडून धापा टाकीत तो बोलण्यासाठी धडपड करू लागला.

दुमडल्या हातावरून डोके वर उचलून पवित्रा कान देऊन ऐकू लागली.

म्हातारी अगदी खालच्या आवाजात सांगू लागली, "आला आन् मला म्हनाला, म्हातारे, तुज्या घरी च्यासाठी आलोय. च्या कर. आन् भिंताडाला टेकून बसला. आता काय बोलायचं? कोणत्या तोंडानं न्हाई म्हनायचं? पोरीला म्हनलं, बाई चूल पेटीव, च्या कर. मग मी धीर करून पुसलं, आज कधी नव्हं ते हिकडं कसं वळला? तर म्हनतो कसा – तुजी सून बगायला आलो."

एवढे सगळे म्हातारीने एका दमात सांगून टाकले. नामाचा हात जास्ती घट्ट धरला. हीव भरल्याप्रमाणे तिचे सगळे अंग धाडधाड उडू लागले.

नामाचे पोट एकाएकी फुगले. तो अंथरुणावर उठून बसला. पण दार उघडून बाहेर जाण्याचा धीर त्याला होईना. पोटाच्या तळातून उठणाऱ्या कळा सोशीत, वरचेवर पोट आत घेऊन पाठीशी लावीत तो जागच्या जागीच बसून राहिला. वेदनांच्या उकळ्यांवर उकळ्या फुटत होत्या. नामाला दार उघडून बाहेर जाण्याचा धीर होत नव्हता.

दुमडल्या हातावरून मान उचलून पवित्रा अंधारातच डोळे फाडून बघत होती. तिला नवरा दिसत नव्हता. म्हातारी दिसत नव्हती; तिचा सगळा जीव कानांत गोळा झाला होता आणि तिला काहीही ऐकू येत नव्हते!

या खेपेनंतर भगवंतराव म्हातारीच्या घरी पुन्हा तीन-चार वेळा आला. प्रत्येक वेळी त्याने घडाभर साखर, चहाचा पुडा म्हातारीकडे पाठवून दिला. गरा, तूप पाठवून दिले. प्रत्येक वेळी पवित्राला चहा करून द्यावा लागला, खायला करून द्यावे लागले. या तिन्ही खेपेला रोग आल्यासारखा भगवंतराव अचानक आला.

घराच्या चौकटीतून वाकून आत शिरून तो म्हातारीपुढे उभा राहत असे आणि म्हणत असे, ''म्हातारे, च्या प्यायला आलोय.''

म्हातारीच्या अंगाचा थरकाप होत असे. पायाने भुई चाचपीत आणि हाताने भिंताड धरीत ती घरभर फिरत असे. पवित्रापाशी जाऊन म्हणत असे, ''अगं बाई, त्यो काय म्हनतोय, ते दे. अगं, त्याला बसायला टाक.''

पदर नीट घेऊन पवित्रा बाहेर येई आणि भगवंतरावाला बसण्यासाठी घोंगडे टाकी. वाकळांचे ओझे टेकायला घेऊन भगवंतराव ऐसपैस बसे.

त्याच्या डोळ्यांच्या पांढऱ्या भागावर लहान केसांसारख्या तांबड्या शिरांचे जाळे होते. त्यामुळे त्याचे मोठे डोळे कसे गुंजांसारखे तांबडे दिसत. वरचेवर मिशांवरून पालथी मूठ फिरवीत तो पवित्राकडे पाही, हसल्यासारखे करी. ती चहा घेऊन पुढे आली म्हणजे म्हणे, ''जरा लवकर न्हाऊन-धुऊन घ्यावं गं – जरा अंगावर बरी कापडं घालावी गं.''

म्हातारी एका कोपऱ्यात अंग आखडून बसलेली असे. तिला दोघांच्या आकृत्या दिसत, पण तोंडे नीट दिसत नसत. सगळे अंधूक-अंधूक दिसे. भगवंतराव नेमके काय करतो आहे, हे दिसावे म्हणून ती पापण्या न मिटता त्याच्याकडे पाहत राही आणि तिचे अधू डोळे पाण्याने डबडबत. सुरकुतल्या गालांवरून ओघळणारे पाण्याचे ओघळ तिला तळव्याने वरचेवर पुसावे लागत.

पवित्रा पहिल्या खेपेला फार भ्याली. दुसऱ्या खेपेला कमी भ्याली आणि त्यानंतर तिला भिण्यासारखे काही कारण दिसेना. हातात पिवळ्याजर्द सोन्याची वळी असलेला, डोईला भारी फेटा बांधलेला भगवंतराव तिच्याकडे पाहताना कसा मऊ आलेला असे. तिच्या हातचा चहा तो कसा चाखत-माखत पीत असे. तिने केलेला सांजा तो कसा चव घेऊन खात असे. त्या तांबड्या डोळ्यांत पवित्राला लालसेबरोबरच मायाही दिसे. कृतज्ञताही दिसे. म्हातारीच्या आंधळेपणाचा फायदा घेऊन आपल्या ताकदीच्या जोरावर भगवंतरावाने कधी पवित्राचे मनगट धरले नाही, कधी पदर ओढला नाही. पडवी ओलांडून तो कधी आत आला नाही. खाणाखुणा करून पवित्राला त्याने कधी घराबाहेर बोलावले नाही. मनाला वाटले, म्हणजे फक्त तो म्हातारीकडे येत असे आणि चहाची वाट बघत घोंगड्यावर बसत असे. म्हातारीला कधी तो वाईटवाकडे बोलला नाही. पवित्राला कधी लघळफाजील बोलला नाही. वाकळांच्या ढिगाला टेकून तो स्वस्थ बसत असे. खाणेपिणे झाले म्हणजे कोपऱ्यात ठेवलेली बंदूक उचलून घेऊन निघून जात असे.

भगवंतराव आला तेव्हा दोन वेळा नामा घरी होता. पहिल्या खेपेला भगवंतराव घरात आला आणि बसला, तेव्हा तो सर्द झाला. काय करावे, त्याला कळेना. उगीचच चौकटीशी उभा राहून तो बाहेर पाहत होता. पुन्हा आत येऊन भिंतीशी टेकून उभा राहत होता. चुलीपाशी जाऊन पवित्राकडे पाहत होता. घरात भलामोठा नाग निघाला म्हणजे माणसाची जशी अवस्था होते, तशी नामाची अवस्था झाली होती. मोठ्याने ओरडून गाव बोलवावे, तोंडावर हात घ्यावा असे त्याला वाटत होते. भगवंतरावाच्या पुढे उभे राहून 'तू माझ्या घरात पुन्हा येऊ नकोस,' असे त्याला सांगावे असे वाटत होते. याला चहा वगैरे काहीही देऊ नये, आपणच सर्वांनी उठून घराबाहेर जावे, दाराला कुलूप लावून याला आत कोंडावा आणि बाहेरून घराला आग लावून द्यावी असे वाटत होते. पण त्याच्या हातून यांपैकी काहीही घडत नव्हते. भ्यालेला उंदीर पळावा, तसा तो घरातून उगीचच पळत होता आणि निवांत बसलेल्या भगवंतरावाचे त्याच्याकडे मुळीच ध्यान नव्हते!

नामा घरी असताना दोन वेळा भगवंतराव घरी आला आणि नामाला काहीही बोलता आले नाही. भगवंतरावाने त्याच्या अस्तित्वाची दखलही घेतली नाही!

भगवंतराव वाणिणीच्या घरी सोकला आहे, हा बभ्रा गावात लगेच झाला. लोक बोलू लागले आणि त्या बोलण्याचे प्रतिध्वनी नामाच्या कानांवर येऊ लागले. प्रत्यक्ष कोणी बोलले नाही; पण आडूनआडून लोक नामाला बोलत, सूचक प्रश्न विचारीत.

दोन्ही अर्थाचे बोलणे बोलत. भगवंतरावाविषयी ब्र काढायची कुणाची हिंमत नव्हती, म्हणून लोक जे बोलायचे, ते नामालाच बोलत. नामा दिसला की, दुसऱ्या माणसाशी नेत्रपल्लवी करीत. बायका एकमेकींच्या कानाला लागत. नामाकडे लोक काही वेगळ्याच नजरेने बघत. गावात येऊन या जोडप्याला अद्याप पंधरवडा लोटला नाही, तोवर त्यांनी गाव नासवायला सुरुवात केली, असे लोक म्हणू लागले.

नामा सैरभैर झाला. काय करावे हे त्याला कळेना. काही करता येण्यासारखे नव्हतेच. भगवंतराव हा फार दांडगा माणूस होता. अंगाने आणि कीर्तीनेही. गेली दहा-बारा वर्षे त्याचा हा पुंडावा चालला होता. पुढारी म्हणून तो पुढे आला होता. सबंध जिल्ह्यात त्याने आपल्या नावाची दहशत बसवली होती. पोलीस एके काळी त्याच्यावर हात उचलायला भीत होते. गुन्हा कसा करावा आणि त्यातून सुटून कसे जावे, हे शास्त्र भगवंतरावाला फार चांगले माहीत होते. आजवर ज्या कोणी बहाद्दराने त्याच्यावर डाव करण्याचा प्रयत्न केला होता, त्याची पाळेमुळे या जबरदस्त माणसाने खणून काढली होती. स्वराज्याच्या चळवळीत भगवंतरावाबरोबर काम केलेले लोक फार मोठ्या हुद्द्यावर होते. त्यांच्या खाणाखुणा भगवंतरावाला माहीत होत्या आणि या सगळ्या गोष्टींमुळे आत्तापर्यंत भगवंतरावाच्या झाडाच्या सालीसारख्या कातड्यावर ओरखडा असा निघालाच नव्हता. कधीकाळी निघेल असे वाटतही नव्हते. अशा माणसाचे नामा काय करणार? नामासारख्या दुर्बळ, दरिद्री, भित्र्या माणसाकडून या बळवंत, धनंतर आणि छातीवर केस असलेल्या माणसाचे काय पारिपत्य होणार?

भगवंतरावाचे नामाच्या घरी येणे-जाणे सुरू होते. तो आला की, म्हातारी निमूट एका कोपऱ्यात बसत होती. पवित्रा चूल पेटवून चहा करीत होती. न्हाऊन-धुऊन त्याच्या पुढे जात होती. त्या रूपवान बाईच्या सेवेने भगवंतराव तृप्त होत होता आणि हे सगळे उघड्या डोळ्यांनी पाहून नामाला काहीही करता येत नव्हते. गावातले लोक केवळ तमाशा पाहत होते. दुर्बळ नामाच्या मदतीला कोणीही येत नव्हते. त्याच्या संसाराचे वाळवंट होत होते, त्याच्यापाशी असलेले एकमेव धन लुटून नेले जात होते, आणि हे कोणीही थांबवू शकत नव्हते!

सारे रांकेला लागेल म्हणून नामाला धीर देणारी ती म्हातारी नामाला जवळ बोलावून तीन-तीनदा म्हणत होती, "नामा, आता धडगत न्हाई. बायकोला घेऊन तू आता या गावातून जा."

नामाने कुठे जावे? अद्याप महिना भरायचा होता. नामाला कारखान्यात नोकरी

मिळायची होती. त्याची गाडी आताशी कुठे रुळावर येणार होती. हे सगळे टाकून त्याने आता जावे कुठे? करावे काय? एवढा कट सोसून, एवढा झगडा देऊन, अखेर सावली मिळाली होती, तिच्यातून उठून पुन्हा परदेशी व्हावे का?

नामा, तू हे गाव सोड!

हे गाव सोडून आता आणखी कुठे जाऊ? आणि गाव सोडले तरी हा काळ पाठ सोडील, हे कशावरून?

म्हातारीच्या कौलारू घरातला दिवा विझून बराच वेळ झाला होता. म्हातारी, नामा आणि पवित्रा उशिरापर्यंत एकमेकांशी न बोलता अंथरुणावर तळमळत होती. मध्यान्रात्र झाली आणि पवित्राला झोप लागली. म्हातारीचा डोळा लागला. अंधारात नामा एकटाच तळमळत होता. वरचेवर उलथापालथा होत होता. सुस्कारे सोडत होता. अंगावर पांघरूण घेत होता, पुन्हा ते काढून टाकीत होता. त्याला अंगावरचे कपडेच जड झाले होते. अंथरुणावर तो उठून बसला. अंगातला सदरा त्याने काढून उशाशी फेकला. बरगड्या, छाती चोळली.

जराशाने तो उठून उभा राहिला. धोतर फेडून त्याने उशाशी टाकले. केवळ लंगोटा लावून नामा अंधाराकडे बघत अंथरुणावर उताणा पडला. चैन पडेना तेव्हा मांडी घालून बसला. झोप लागलेल्या पवित्राचा श्वास ऐकू येत होता. म्हातारी मधूनच बारीक आवाजात विव्हळत होती. नामा सारखा विचार करीत होता. विचाराच्या धनुकलीने त्याचा मेंदू सारखा पिंजून निघत होता. नामाला संतापाचे कढावर कढ येत होते. स्वत:च्या दुर्बलतेची चीड येत होती. स्वत:च्या असहायतेची कणव येत होती.

आज कडेकोट झाला होता. आज भगवंतराव पवित्राच्या हातचे गोडधोड जेवून गेला होता. आज त्याने नामाच्या रूपवान बायकोला सुरेख लुगडे नेसविले होते. उत्तम खणाची चोळी तिच्या अंगात त्याने घातली होती. आता काही व्हायचे राहिले नव्हते. आज कळस झाला होता.

सगळे असह्य झाले आणि अंधारात एकाएकी बसलेल्या नामाने तोंडावर पालथी मूठ घेतली. विलक्षण दु:खावेगाने त्याने बोंब ठोकली. म्हातारी लटकन हलून उठून बसली आणि तिने 'काय रे झालं बाबा?' असा हंबरडा फोडला. तिला अंधारात काही दिसेना आणि काय झाले हे कळेनाही. दिशा उमगून न आल्यामुळे ती धडपडत कुठल्या कुठे गेली आणि भिंताडावर आदळली. पवित्रा जागी झाली. नामा कुत्र्यासारखा तोंड वर करून बारीक आवाजात रडत होता. तो स्वर ऐकताच पवित्राच्या काळजाचे पाणीपाणी झाले. 'काय वं, काय झालं?' असा गहिवर तिनेही घातला. म्हातारीचा आणि बायकोचा शब्द ऐकताच नामाला जास्तीच उमाळा आला.

त्याचे भेसूर रडणे जास्तीच उंचावले. तो तोंडावर हात घेऊ लागला. दोन्ही हातांनी डोके बडवून घेऊ लागला आणि गळा काढून रडू लागला.

पवित्रा धडपडत आली आणि चाचपून-चाचपून तिने नवऱ्याचा हात धरला. रडत विचारले, "अवं, तुमाला काय झालं?"

नामाचा आवाज बंद झाला. झिंजाडा मारून त्याने हात सोडवून घेतला. किंकाळी फोडून तो म्हणाला, "अगं अवदसं, तू-तू त्याला जेवू घातलंस. त्याच्याकडनं चोळी घालून घेतलीस, लुगडं नेसलीस त्याचं." हे म्हणत असताना नामाने पवित्राचा दंड एका हाताने गच्च दाबून ठेवला आणि दुसऱ्या हाताची मूठ वळून तो तिला बुक्क्या, लाथा हाणीत राहिला.

"अगं रंडके, अगं बोडके, तू त्याच्याखाली पडशील... तू चोळी घेतलीस... तू लुगडं नेसलीस...."

नामाचा संताप इतका अनिवार झाला होता की, त्याच्या तोंडून शब्द फुटेनासे झाले. शब्दाऐवजी शीळ घातल्यासारखा आवाजाच त्याच्या तोंडून उमटत राहिला आणि मग त्याला बोलायलाच येईनासे झाले. बोलणे बंद झाले, पण हात-पाय दणके हाणतच होते. पवित्रा कुंथत होती. ओढ घेत 'नाही, मी नाही –' म्हणत होती. नामाने त्वेषाने हाणलेले बुक्के तिला लागू नयेत, तिथे लागत होते. असह्य वेदना होत होत्या.

म्हातारीला काय करावे हे कळत नव्हते. अंधारातच भिंतीवर धाडधाड डोके आपटून घेऊन ती ओरडत होती, "मेले रे देवा! आता काय करू गं बया!"

शेवटी बळ करून पवित्राने दंड सोडवून घेतला. त्या हिसक्यासरशी ती उंबऱ्यावर जाऊन आदळली. तिला शोधण्यासाठी नामा हातापायांवर रांगू लागला आणि म्हातारीची काठी तिच्या अंथरुणाच्या उशाशी होती, ती त्याच्या हाताला लागली. पवित्राला काही दिसत नव्हते. कुणीकडे जावे, हे सुधारत नव्हते. उंबऱ्याचा आधार घेऊन ती धापा टाकीत पडून राहिली. हातात काठी सापडताच नामा दातओठ खाऊन ती अदमासाने कुठेही हाणत राहिला. भुईवर आपटलेल्या काठीचे आवाज झाले. एकाएकी काठी मऊ भागावर लागली. पवित्रा कळवळून ओरडली. नामाने धावून जाऊन तिच्या झिंज्या धरल्या. ती उठून पळू लागली. नामाला दरादरा ओढू लागली. नामा धापा टाकत तुटक्या शब्दांत शिव्या देत, काठ्या ओढत राहिला.

दोन्ही हात पुढे करून म्हातारी घरभर त्या दोघांना शोधू लागली. हंबरडे फोडत, धडपडून आपटत, रडत ती नामाला 'मारू नकोस, मारू नकोस,' म्हणत होती आणि नामा काही ऐकत नव्हता. पवित्रा नवऱ्याला चुकविण्यासाठी धावत होती. नामा पवित्राला धरण्यासाठी धावत होता आणि भांडण सोडविण्यासाठी त्या दोघांना म्हातारी शोधत होती.

पवित्राला कोपरा सापडला. भिंतीचा आधार घेऊन ती उभी राहिली आणि इतका वेळ नुसतीच विव्हळत होती, रडत होती 'आई गं, आई गं!' करीत होती, ती मोठ्याने नामाला बोलली, "अरं नेभळटा, बायकूला कशाला जोर दाखवतोस? मोठा रागाचा हायेस, तर त्याला इचार. त्येला आडीव...."

कराकरा दात खाऊन, उंच बारीक आवाजात पवित्रा अशी ओरडली आणि नामा गप्प उभा राहिला. पवित्रा जणू वेडी झाली होती. बेभान झाली होती. नवऱ्याची, जगाची तिला पर्वाच राहिली नव्हती. अंधारात डोळे फाडून ती बघत होती आणि भराभर तुटक शब्दांत बोलत होती, "माज्यावर कशाला राग काडतोस?... मी काय केलंय? तुझ्यासाठी काय करायचं ठेवलंय?... तू नावाचा नवरा... कधी – सुख दिलंस? कधी चार गोड घास खाऊ घातलेस? माजी हौस कधी केलीस?... आज पंधरा वर्सं वनवास भोगतीय तुज्यासंगं... गुरासारखी राबतेय... काय धन लावलीस तू?... अरं, तू मला एखादं पोर तरी दिलंस का?"

संतापाने पवित्राला रडू कोसळले. ती धसमसून रडू लागली. हुंदके गिळून एकदम गप्प झाली आणि आवेगाने, निश्चयाने पुन्हा बोलली, "नेसली मी त्यानं दिलेलं लुगडं... घातलं त्याला जेवू... गड्यासारखा गडी असून त्याच्याशी एक शब्द बोलायची तुला हिंमत झाली नाही; मी बाई काय करनार?... काय रं त्येचं चुकलं?... तुज्यासारख्या नेभळटाची बायकू... वाटेवरला वाटसरू ओढून नेईल... त्यो तर ढाण्या वाघासारका हाय!...."

पवित्रा हे भडभडा बोलली आणि मग तिने उभ्यानेच जमिनीवर घालून घेतले. गार भुईवर पालथी पडून ती रडू लागली. हुंदक्यांनी तिचे सारे शरीर गदगदू लागले. रडूनभेकून, भिंताडावर आदळआपट होऊन, म्हातारी मघाच सुन्न झाली होती. तिला बोलण्याचे, हलण्याचे त्राणच राहिले नव्हते. कापडाचे बोचके पडावे, तशी ती कुठेतरी अंगाचे मुटकुळे करून गप्प पडली होती.

एखाद्या पुतळ्यासारखा नामा होता त्या जागीच निश्चल उभा राहिला होता. त्याचे डोके जड दगडासारखे झाले होते. त्याचा कुठलाही अवयव हालचाल करीत नव्हता.

पवित्राचा रडण्याचा आवेग ओसरला. बराच वेळ तिचे नाकच नुसते सुरूसुरू वाजत राहिले आणि मग काही वेळाने तिला झोप लागली. रडून-रडून क्लांत झालेली पवित्रा पडल्या जागीच झोपून गेली. म्हातारी घरात आहे की नाही अशी झाली.

उभा राहिला होता त्या जागीच नामा खाली बसला होता. गुडघ्यात मान घालून आणि डोळे गच्च मिटून घेऊन तो उजाडेपर्यंत तसाच बसून राहिला.

ती सबंध रात्र नामाने जागून काढली आणि तो पार बदलून गेला. ती सबंध रात्र नामा जळत राहिला आणि सकाळी त्याचा नवा जन्म झाला. एका रात्रीत चमत्कार झाला आणि नामा सातपुते पार पालटून गेला. नामाचा हडकुळा चेहरा जास्ती काळा झाला. तोंडावरची कातडी ताणून घट्ट झाली. त्याचे डोळे मोठे आणि लाल झाले. अवयव ताठर झाले. हात, बोटे, पाय, मान – या अवयवांची हालचाल पूर्वी जी लवचीकपणे होत होती, ती होईनाशी झाली. चालताना त्याचे पाय गुडघ्यात फार बाक घेईनासे झाले. हाताची बोटे मोकळी राहण्याऐवजी तळव्यांशी मिटू लागली. नामाचे डोळे एका दिशेकडे बघू लागले की, पापणी लवकर पडेनाशी झाली. बसणे, उठणे, वळणे या पटपट होणाऱ्या क्रिया सावकाशीने होऊ लागल्या. उभा राहिला म्हणजे नामा एकाच जागी उभा राही. बसला म्हणजे बसूनच राही. नित्याच्या वागण्यात, नकळत अशा अवयवांच्या अनेक हालचाली होतात, त्या नामाच्या बाबतीत फार कमी होऊ लागल्या. तोंडावर माशी बसली तरी ती वारण्यासाठी त्याचा हात वर होईनासा झाला. काही अंगाला टोचले तरी तो अंगाला बाक देईनासा झाला.

केव्हाही उठून नामा बाहेर पडू लागला. असा घराबाहेर पडला म्हणजे तहान-भुकेची शुद्ध त्याला राहीनाशी झाली. बाहेर पडला, म्हणजे सपासपा तो चालत राही. रानात सावली-निवारा न बघताच बसून राही. कधी तो ओढ्याओढ्याने चालत जाई आणि एखाद्या डगरीवर जाऊन बसे. झोपला म्हणजे उघड्यावर बाहेर तसाच झोपे. दोन-दोन दिवस घरी येत नसे. घरी आला, तरी तो मुळीच काही बोलत नसे. स्वयंपाकघरात जाऊन हाताला लागेल ते घेऊन तो एकटाच खाई. एकटाच कोपऱ्यात बसून राही. झोपला म्हणजे सकाळपासून संध्याकाळपर्यंत झोपून राही. म्हातारी कनवाळूपणाने काही बोलली, तरी ते बोलणे त्याच्या कानांवर पडत नसे. पवित्रा नवऱ्याची ही दशा पाहून मुळूमुळू रडू लागली, तरी ते रडणे त्याच्या कानांवर पडत नसे. म्हातारीने त्याला पोटाशी घेऊन बऱ्याच वेळा गोंजारले. डोळ्यांत पाणी आणून ती आंधळी म्हातारी त्याला म्हणाली, "नामा, लेकरा असं का बघतोस? बोलत का न्हाईस? तुला काय रं झालंय?"

पण नामाला कधी स्पर्श कळला नाही. बोलणे उमगले नाही.

त्या रात्री झालेल्या प्रसंगापासून नामा काही बोललाच नाही. पुष्कळ वेळा त्याचे ओठच नुसते हलत, पण शब्द काही फुटत नसत. घरात आला, तरी म्हातारीला, बायकोला तो ओळख देत नसे.

लांब रानात एकटाच असल्यावर मात्र नामा बोले. हे त्याचे भाषण कधी एखाद्या वृक्षाकडे पाहून, तर कधी समोर क्षितिजावर दिसणाऱ्या डोंगराला उद्देशून असे. स्पष्ट आणि खणखणीत शब्दांत तो म्हणे, "आईशप्पत सांगतो, मी गप्प राहनार न्हाई.

मी बदला घेईनच घेईन. तुला वाटत असंल की, हा फाटका मानूस काय करील! पर मी करायचं ते करीन. मी मरेन, मी फासावर जाईन. माझ्या माघारी माझी बायको भीक मागून जगंल. माझ्या माघारी माझा वंश बुडंल. माझा सत्यानाश होईल. पर मी तुला जगू देनार न्हाई.''

गावापासून दूर असा एक प्रचंड मोठा वड होता. बहुतेक वेळा नामाचे हे भाषण त्यालाच उद्देशून असे. वडाच्या मोठ्या बुंध्यापासून पंधरा-एक हातांवर तो समोरासमोर उभा राही. दोन्ही पाय फाकून ते जमिनीवर घट्ट ठेवी. छाती पुढे काढून, पुढे उजव्या खांद्यावरून खाली सुटलेला पटक्याचा शेमला उडवून मागे पाठीशी टाकी. दोन्ही हातांच्या मुठी घट्ट आवळून घेऊन पापणी न पाडता त्या बुंध्याकडे तो रोखून पाही आणि स्पष्ट, खणखणीत शब्दांत म्हणे, ''आईशप्पत सांगतो, मी गप्प राहनार न्हाई.''

म्हातारीच्या दुकानातली अडगळ धुंडून नामाने एक हातभर लांबीचा, गुळाची ढेप फोडण्यासाठी पूर्वी वापरात आलेला अणकुचीदार खिळा मिळविला होता. तो त्या वडाच्या आसपास त्याने पुरून ठेवलेला असे. दर दिवशी तो काढून नामा त्याला धार लावी. दगडावर घासूनघासून त्याने तो लोखंडी खिळा पांढरा लखलखीत केला होता. त्याला सुईसारखी अणकुचीदार कोच काढली होती. कधीकधी तो खिळा हातात घेऊन तो वडाच्या बुंध्यासमोर उभा राही. डोक्याकडील बाजूने तो खिळा दोन्ही हातांच्या मुठींनी गच्च पकडी. चांगला पवित्रा घेई. बुंध्याकडे रोखून पाही आणि एकाएकी वेगाने जाऊन त्या हातभर खिळ्याने तो बुंध्याचे पोट भोकशी. या वेळी नामाच्या शरीरातले सर्व बळ, त्याच्यापाशी असणाऱ्या त्वेषाचा आणि शक्तीचा कणन् कण त्या खिळ्यात उतरे आणि वडाच्या बुंध्यात खिळा चांगला टीचभर घुसे. ज्या वेगाने घुसविला त्याच वेगाने, त्याच ताकदीने नामा खिळा भस्सकन उपटून काढी आणि बुंध्याला पडलेल्या लालचर भोकातून चीक बाहेर येई. थेंबाथेंबाने वडाच्या पायमुळीवर ठिबकू लागे.

वडाच्या बुंध्यावरच्या भोकांची संख्या सारखी वाढत गेली. एकापासून वाढत वाढत एकवीस भोके झाली!

आषाढाचा पाऊस झिमझिम पडत होता. हवेत चावरा गारठा आलेला होता. संध्याकाळची उदास वेळ होती. रस्त्यावर राडेराड झाली होती. भिजल्या उकिरड्याचा वास सगळीकडे भरून राहिला होता. घरोघरी माणसे पांघरुणे घेऊन गप्प बसून राहिली होती. सर्वत्र उदास सामसूम होती.

अरुंद गल्लीतील साळ्याच्या हॉटेलवरचा पत्रा पावसाने वाजत होता. भिंती ओल्या झाल्या होत्या. शिळ्या शेव-भज्यांचा तेलकट वास हॉटेलभर पसरला होता.

माडापाशी उभे राहून झिप्रे पोर विझून गेलेल्या भट्टीकडे पाहत होते, आणि गल्ल्याच्या टेबलाशी भगवंतराव अर्धमिटल्या डोळ्यांनी बसला होता. हातभट्टीची कच्ची दारू त्याने फार घेतली होती. त्याचे सारे अंग ताठरून गेले होते. अवयवांवर ताबा राहिला नव्हता. धुराने काळ्या झालेल्या टेबलावर शेव-भज्यांच्या ताटल्या होत्या. मोकळ्या बाटल्या होत्या. पिवळा हत्तीची मोकळी पाकिटे होती. भगवंतराव ढिगासारखा बाकड्यावर बसला होता. मधूनच अस्वलासारखा तो मागेपुढे झुलत होता. मध्येच मोठा हुंकार देऊन त्याने दोन्ही हात पसरले आणि टेबलावर सैलपणे टाकले. झटक्यासरशी तो पुढे झुकला. टेबलावर गाल टेकून मोठमोठ्याने घोरू लागला. त्याचे तोंड उघडे राहिले आणि घोरण्यासरशी तोंडातला विड्याचा तांबडा रस टेबलावर ओघळू लागला.

ते झिप्रे पोर भीतभित पुढे झाले. टेबलाच्या कणावरून खाली लोंबणाऱ्या भगवंतरावाच्या लठ्ठ बोटांना स्पर्श करून म्हणाले, "रावसाहेब, रावसाहेब, संध्याकाळ झाली. घरी जाता नव्हं?"

पडल्या पडल्याच भगवंतरावानं डोळे उघडून पोराकडे पाहिले. घुटका घेऊन तोंड कोरडे केले. सरपटणाऱ्या चार पायांच्या जनावरासारखा दोन्ही हातांचे पंजे टेबलावर टेकून त्याने छातीपासून वरचा भाग उचलला आणि म्हटले, "मला वाणिणीकडे जेवायला जायाचं हाय रे. उशीर झाला का?"

"लई उशीर झाला. हॉटेल बंद करून जानार मी आता."

यावर वरचेवर मान हलवीत भगवंतराव बोलला, "बराय, बराय, बराय –"

पाऊस अद्याप झिमझिम पडतच होता. अंधारून येत होतं. त्या अरुंद गल्लीतल्या रस्त्यावर राडेराड झाली होती. पाण्याचे बारीक ओघळ पळत होते. आजूबाजूच्या दुकानातून अद्याप दिवेलागण झाली नव्हती. रस्त्यावरून माणसे फिरत नव्हती आणि कुठे माणसाच्या बोलण्याचा आवाजही ऐकू येत नव्हता.

हातात बंदूक घेऊन तोल सावरीत भगवंतराव हॉटेलबाहेर आला. त्याला वरच्या दिशेने जायचे होते. एक झोका खाऊन तो वळला आणि बरोबर समोर, पंधरा-एक हातांच्या अंतरावर त्याला नामा दिसला. दोन्ही पायांत अंतर ठेवून आणि खांद्यावर शेमला मागे टाकून पवित्र्यात उभा राहिलेला हा माणूस नामा आहे. एवढी जाणीव भगवंतरावाला झाली, न झाली, तोच त्याच्याकडे रोखून पाहणारा नामा वेगाने पुढे झाला आणि डोक्याकडच्या बाजूने दोन्ही मुठीत गच्च धरलेला वीतभर खिळा त्याने भगवंतरावाच्या उजव्या कुशीत भोसकला. नामाच्या शरीरातले सर्व बळ त्याच्यापाशी असलेल्या त्वेषाचा आणि शक्तीचा कणन् कण त्या खिळ्यात उतरला होता. भगवंतरावाच्या कुशीत खिळा चांगला टीचभर घुसला. ज्या वेगाने घुसला, त्याच वेगाने, त्याच ताकदीने नामाने तो खिळा भसकन उपटून काढला. पोटाला

पडलेल्या भोकातून भळकन रक्त बाहेर आले. भगवंतरावाची दुनळी बंदूक हातातून सुटून राडीत पडली आणि तिच्या मागोमाग दोन्ही हातांनी पोट दाबून धरीत भगवंतराव कोसळला. राडीत तोंडावर पडला.

ते झिप्रे पोरगे भयंकर ओरडले आणि गल्लीतून धावत सुटले. दुकानातून, घरातून माणसे डोकावली आणि मग क्षणभरात उघडी दुकाने भराभर बंद झाली. घरांची दारे लागली. सबंध गल्ली ओसाड दिसू लागली.

भगवंतराव हातपाय झाडत उताणा झाला. त्याचे दोन्ही हात रक्ताने भरले होते आणि विहिरीच्या तळाशी पाण्याचा झरा उमटावा, तसे रक्त त्याच्या कुशीतून बाहेर उसळत होते.

नामाला भोवळ आली. तोल सावरून त्याने समोर पाहिले. ती मोकळी गल्ली पाहिली. पुन्हा खाली पाहण्याचा धीर त्याला झाला नाही. खळकन तारा तुटावा, तसा नामा खाली आला. त्याचे पोट फुगले. पोटाच्या तळातून वेदनांच्या उकळ्या फुटल्या.

दोन्ही हात हवेत फेकून तो मोठ्याने म्हणाला, ''न्हाई, न्हाई, मी न्हाई. मी फासावर जाणार न्हाई. मी मरनार न्हाई. माझा वंश बुडंल. मला फार भूक लागलीय. मला जेवायचं हाये!''

त्याच्या या शब्दांनी मोकळी गल्ली दणाणत गेली. नामाला विलक्षण भीती वाटली. त्या मोकळ्या गल्लीतून तो वेडावाकडा पळत सुटला!

■

मौज, दिवाळी १९५७